Hiwaga Book 1
Koleksiyon ng mga tula at prosa

Ukiyoto Publishing

All global publishing rights are held by

Ukiyoto Publishing

Published in 2023

Content Copyright © Ukiyoto

ISBN 9789360166038

All rights reserved.
No part of this publication may be reproduced, transmitted, or stored in a retrieval system, in any form by any means, electronic, mechanical, photocopying, recording or otherwise, without the prior permission of the publisher.

The moral rights of the author have been asserted.

This is a work of fiction. Names, characters, businesses, places, events, locales, and incidents are either the products of the author's imagination or used in a fictitious manner. Any resemblance to actual persons, living or dead, or actual events is purely coincidental.

This book is sold subject to the condition that it shall not by way of trade or otherwise, be lent, resold, hired out or otherwise circulated, without the publisher's prior consent, in any form of binding or cover other than that in which it is published.

www.ukiyoto.com

Ang Hiwaga Book 1 ay mananatiling para sa lahat dahil ang layunin nito, makabuo ng daan patungo sa iba't ibang hiwaga ng buhay.

Pagkilala

Hindi kompleto ang isang bagay o pangyayari kung hindi nakasentro dito ang Panginoon. Kay Papa Jesus, salamat sa 'yong presensya at banal na gabay sa buong kontribyutor ng Hiwaga Book. Hindi namin ito mabubuo kung wala ka.

Sa lahat ng kontribyutor sa tomo na ito, malaki ang pasasalamat ko sa inyo. Salamat sa inyo dahil pinaunlakan ninyo ang aking plano. Hindi ko lang ito pangarap, hindi lang ako nag-iisa. Pangarap natin ito.

"If love overflowed, it is called unconditional."
—*Mhardz Guivarra, 2022*

Paunang Salita

Ang lahat nang ito ay nagsimula sa pa-call for submission ko. Nag-post ako sa mga group page na akala ko ay walang magsa-submit ng kanilang entry pero nabigla ako no'ng more than five na 'yong nag-send. Kinabahan ako kasi first time ko 'yon. Akala ko rin na wala talagang mangyayari since hindi ko babayaran ng any amount ang sakaling kontribyutor, sabi ko nga ay sa Wattpad lang ang collaboration. Oo, collab na walang pinipili. Isa sa dahilan ko ay ang magkaroon ng koneksyon sa iba't ibang klase ng makata at hindi ako nabigo dahil may baguhan, may mahiyain, may magaling, at may kulang sa sipag. Dahil din sa ginawa ko ay nagkaroon ako ng bagong pamilya: *Hiwaga Family*. In the first place, hindi ko iniisip na magkaroon ng ganito ang Hiwaga kasi wala akong konkretong plano since sa Wattpad lang talaga sana siya. Masyado akong na-overwhelm kaya siguro nagkaroon ng Hiwaga Family ngayon. Nang nagkaroon kami ng group chat sa Facebook, doon na kami lumapag ng maraming ideya, suhestiyon, at tanong. Nagkaroon ng koneksyon at kalaunan ay naging isang pamilya.

Bakit nga ba Hiwaga? Actually, random ko lang itong nilagay as title sa planong libro. Pero nag-isip-isip ako, tama naman na ito ang title kasi koneksyon siya sa buhay natin. Malalim ang diin nito sa piyesa ng mga kontribyutor at sa buhay nila. Mahiwaga, ganoon ang daloy ng buhay at ganoon ang kahulugan ng piyesa ng bawat isa sa amin. Sa palagay ko, isa itong may purpose na paglagay ko sa libro. Kung may magtatanong sa akin, 'yan ang isasagot ko.

Kaya nga lang ay hindi sapat lang ang gagawing libro lang ang Hiwaga. Nagkaroon na rin ito ng Facebook community at Facebook page. At hindi lang iyon, ang Hiwaga ay may Online Literary Magazine na. May partnership na rin ang Hiwaga sa *Fanhwaan Literary Awards*, at marami pang plano ang Hiwaga sa awa at gabay ng Panginoon.

Mhardz Guivarra
Founder/Editor ng Hiwaga

Contents

Abegail N. Galut	1
Ren Francisco Amorin	6
Jeian Nirza Putol	14
Jayzle P. Corpuz	25
Chizcel Jane De Guia	46
Jay-Ar C. Del Rosario	55
Manunulat Rosel	71
Ronald Sapirao Fernandez	78
Mac Arcenal	106
Chique Torrepalma	115
Luna	121
Mech_Evonnie	132
Abiegail Hano	136
Abegail B. Gregorio	145
Kimanunula	154
Fritz Ocio	161
Russel C. Berandoy	172
Shaira Mae Senecio	179
Shirlyn (Shi)	191
Nicole Audrey D. Co	193
Abegail R. Ogatis	199
Sheryn Briones Carandang	205
Ancestry	209
Mysvenik	211
Marie Diapolet (Paruparo)	214
Mary Jaye	228
WennieThePooh	238
Mhardz Guivarra	242

Abegail N. Galut

Si Bb. Abegail Nacino Galut ay labing-siyam na taong gulang at naninirahan sa San Mateo, Isabela. Siya ay kasalukuyang nag-aaral sa Isabela State University-San Mateo Campus, nasa ikalawang taon sa kolehiyo at kumukuha ng kursong Batsilyer ng Sekundaryang Edukasyon Medyor sa Araling Panlipunan.

Sa kanyang murang edad ay nagkaroon na siya ng interes sa mundo ng literatura. Babad siya sa mga libro at nagagalak sa tuwing binibigkas sa entablado ang kanyang mga akda. Sinusulat niya sa kuwaderno ang mga hinaing na hindi niya direktang maipahayag sa iba dahil sa kanyang takot. Kilala siya bilang tahimik at mahiyaing binibini. Inakala nila'y walang patutunguhan ang kanyang pagkamahiyain ngunit paglipas ng panahon ay nagkaroon siya ng lakas at tapang upang iparinig ang kanyang tinig. Noong kasagsagan ng COVID-19 pandemya ay lumahok siya sa iba't ibang patimpalak sa eskuwelahan at kalaunan ay sa birtwal na patimpalak din. Nakatanggap din siya ng mga iba't ibang parangal mula sa pagsulat ng mga tula, litanyang bersikulo, prosa, sanaysay, maikling kuwento at spoken word poetry, bilang paggawad mula sa mga pahinang naglunsad. Naging kasapi rin siya sa isang samahan ng mga manunulat na nakilala niya lamang onlayn na nagbigay inspirasyon upang makamit ang kanyang progreso at mithiin.

Hangga't hindi pa nanlalamig ang kanyang mga kamay ay patuloy siyang susulat upang magsiwalat at magpamulat ng mga matang dilat ngunit hindi makaaninag.

"Isinuko ko ang mga salita sa panahong hindi na maitinta ang katagang mahal kita."

Pasan ko ang bawat bigat ng mga tugmaan habang nasa lundayan ng parirala. Kapara ng dilim na humahawi sa sulo ng buwan ay ang mga talinghagang nawalan ng lalim at kulay. Sinubukan kong bakasin ang landas ng mga letra ngunit kapara nila'y nangangamba na baka maligaw sa ayos ang mga binuong talata. Pinilit ko rin ang aking sariling pigain ang isipan baka sakaling may maisulat sa kuwaderno ngunit tanging buntong hininga lamang ang naiwan sa bawat linya nito.

Hindi ko napalaya ang mga salita, gustuhin ko man ay patuloy ko pa rin itong ibinigkas sa bawat pahina. Nanghihinayang sa mga sandali ng alaala, ang rekwerdo ng pagkilala, ang timyas na ligaya, ang masalimuot na lumbay, ang samyo ng pag-ibig at ang pagpapalayang hindi inakala.

Ilang buwang namahinga ang panulat dahil patuloy pa rin itong bumabalik sa nakaraan. Nagkaroon ng sugat, pagtagas ng mga tinta at nasayang sa walang kabuluhan. Tinatanong ang sarili kung hanggang kailan lululan ang bangungot ng pagkasawi at pagtangis. Sa kalaunan ay sinagot ang sarili sa paraang nais nang mag-atubili at bitiwan ang mga litanyang ikinandili sa gabing piniling isantabi.

Ngayon ay natagpuan ko nang muli kung saan ako nagsimula. Sa kung paanong kaya ko nang bigyang diwa ang mga natutulog na salita. Kaya ko na muling pagalawin ang ritmo ng mga bituin at ang himig ng mga serapin. Kaya ko nang sambitin ang yaong pangungusap na kay tagal kong ikinubli sa rehas ng pag-iisa.

Nagwakas na ang ating kabanata, ngayon ay isasara ko na. Huli na ito, isusuko na kita. Maalwan na ang aking paghinga, hindi na nangangamba at umaasa. Handa na akong iwan at talikuran ka. Hindi na, hindi na ikaw ang paksa.

"Turuan mo ako kung paano muling makasusulat."

Nilisan ang dawag ng kalungkutan habang ang 'yong haplos ay tinikom at hinagkan. Isinuko ang mga alpabeto maging ang tugmaa'y sumalungat. Hinahanap-hanap ang naapuhap na lasap ng umaandap na talinghaga. Binuo kita kaya't hulmahin mo rin ang nagkapira-pirasong salitang minsang nanalaytay.

Turuan mo ako,

Kung paano nagkaisang-palad ang yaong dagat at langit sa blangkong kuwaderno. Kung saan daan-daang tinta ang lumagapak upang mabuo ang kanyang ritmo. At kung paano lumulan ang malikot kong haraya sa sisidlan ng metapora.

Turuan mo ako,

Kung saan ang nararamdama'y naihahayag kahit pa natagpuan na ang pinakamaalwang agos ng dagat. Nais kong muling maramdaman ang ningas ng pluma katulad ng pamimintuho ko sa 'yo. At naisin kong magamit ang aking brilyong utak upang tumagaktak at hindi maging sementado sa 'king muling pagsabak.

Pakiusap, turuan mo ako.

"Nang sandaling kumupas ang ating rekwerdo."

Alingasaw ng katahimikan ang nangibabaw kalakip nito'y gabinlid na lumbay. Pagsuyo sa aluy-oy ng pagsinta ay hindi na maibakas kapara ng yelong lumalagablab sa lamig. Dating pagniig niring mga palad ay nawalan na ng ningas at kapara ng kandila'y unti-unting nalusaw ang kanyang tindig.

Ilang beses nang kumabig at naniwala sa pag-ibig na 'yong hatid, nagbabakasakaling mabigyang dilig ang uhaw kong dibdib. Ngunit nang muli akong tumanaw animo'y tangkay na lupaypay, panglaw ay hindi maisilid at mundo ko'y nalupig.

Saksi ang uniberso kung paano ko sinambitla ang mga katagang hindi mo nais marinig. At kung paano nadaig ng simbuyo ang tamis na namutawi sa bawat bibig. Walang pag-utal na sinambit ang pagsuko, ang pagbitaw ng pahimakas at muling pagtatagpo sa ating panagimpang minsang nanaig.

Magpapatuloy sa pag-awit ang mga serapin sa karagatan habang tangan-tangan ang biyulin kasabay ng odang may ritmo. Mananatili sa kagubatan ang mga serpyente at alamid. Hahayong pahagway ang mga mayang nag-angking tikas na isang mulawin. Lahat ay babalik sa kinagawian na tila walang nangyari sa katapusan. Nakaraang pinagsaluhan na hindi mahihigitan kahit pa ito'y retratong punó ng kabulaanan.

"Nang sandaling maging kaaway ang kakampi."

Kabisado na ang apat na sulok ng silid, gayon din ang tekstura ng alikabok na tumatakip sa gawi ng aparador. Nakatutuwa sapagkat pati ang sukat at hugis ng sapot na hinabi ng gagamba ay kabisado na rin.

Ganito pala kapag nag-iisa.

Buntonghininga ang pag-angal, himutok ang pag-aklas. Walang nakababanaag sa pigura ng pighati, walang nakaririnig sa alulong ng pagtangis at walang nais gumawa ng hakbang maliban sa sarili. Nakababaliw sapagkat sa tuwing tinatanong ko siya'y walang sagot. Hinihintay ko ang kanyang galaw ngunit tanging anino lamang ang sumusunod. Sa una'y positibo na handang tumulong upang makamit ang kapayapaan at kalayaan ngunit dadatal ang negatibong magtutulak patungo sa pagkabigo.

Sari-saring tinig ang naririnig niring aking tainga gayon din ang iba't ibang rekwerdo at anggulo sa aking utak. Sari-saring kuwestiyon, opinyon, baka sakali, hindi mapakali... sandali! Unti-unting pinapatay ang sarili mula sa pagkabalisa, adiksyon at depresyong nakawiwili kaakibat nito'y banta ng isang makapal na pisi.

Kabisado na ang kapal ng unang naging kaagapay at haba ng kumot na sumalo sa lumbay. Marahang ititiklop ang talukap ng mata, ipahihinga ang isipang tulero at ang pusong pilit binubuo. Hanggang sa muling pagsapit ng bukang-liwayway, ayos na ako.

Ren Francisco Amorin

He is a Filipino writer who loves poetry. He also values his works. His works are dedicated to a special person – the one he loves the most.

Poetry will always be his best friend. The flowing ink on his manuscripts represents his tears that express his grief and happiness.

He is a writer whose words are full of love, but whose pen is full of resentment.

Tara, Ubanan Taka

Sa pagmata nako sa sayo sa kabuntagon,
Ikaw dayon ang handumon.
Matag katulog ikaw ang akong gustong damgohon,
Matag gabie adunay daghang "UNTA".
Nga unta mo abot ang panahon nga magkauban ta
Samtang nag-agas ang akong mga luha.

Ngit-ngit nga kagabihion,
gusto kang anhaon.
Akong mga tiil kaanhaon,
gusto tikang kitaon.
Gusto nakong makita imong kagwapa nga walay sama.
Lantawa ko sa imong bintana,
Padulong nako dira.
Ubanan tika sa tanan nimong problema,
Tara.

Tara, atong layasan ang problema karon,
Ugma kuyogan tikang atubangon
Sa unahan kita'y magdagan,
atong daganan ang mga sakit nga kagahalon,
ugma atoa na ang puhon.

Magpaabot sa saktong panahon,
sa pagkakaron atong ipadayon,

ang atong kahimsog ug ka isog sa pag atubang sa atong problemang walay kahubsanay.

Atong ihapsay,

ang atong kinabuhi karon

Haron ugma, mabuhi tang naay kalamboan sa atong kaugalingon.

Ikaw Ang Gagawa

'Yong asaran palaging nand'yan,
'Yong selos palaging nand'yan,
'Yong pagiging pikon palaging nand'yan,
'Yong makaramdam ng pagkasawa sa relasyon ay hindi mawawala 'yan.

Nakakapagod.
'Yong ang layo niyo sa isa't isa,
'Yong ang sarap na maghanap ng iba,
'Yong ang sarap niya nang ipagpalit sa iba,
At 'yong nayayakap mo at malapit sa 'yo hindi tulad ng iba.
Nakakapagod na sobra.
'Yong magkakatampohan kayong dalawa.
'Yong di mo siya masusuyo ng maayos kasi nga malayo kayo sa isa't isa.

Hindi sapat ang "I love you" na may sticker o emoji na pinupusuan mo.
Hindi sapat ang "sorry" lalo na't puro salita lang ang nagagawa mo.

Iba ang ginagawa kaysa sa puro daldal o salita.
Iba ang pinapakita kaysa sa mga letrang binabasa sa text o sa chat.

Nakauumay,
Nakasasawa,
At nakakapagod.

Ang sarap na humanap ng iba.
Kaso wala, e.
Kaso ayaw.
Kaso hindi.

Isipin mong mabuti bago mo hiwalayan.
Ano'ng rason?
Ano'ng sapat na dahilan?
Bakit mo siya iiwanan.

Dahil lang ba sa distansya?
Layo, sukat na parang tulang iyong ginawang pinipilit mong maging tugma.

Isipin mo na lamang na ang inyong relasyon ay tila isang tulang kahit hindi magkatugma ngunit maganda.
Sapagkat ang bawat salita
na iyong binuo upang makagawa ng isang tula,
maikli man o mahaba,
Ay galing sa puso at purong puro,
Na galing sa 'yo mismo.

Walang perpekto,
hayop man o maging ang tao.
Lahat ay napapagod.
Lahat ay gustong magpahinga at muling babangon.

Magiging magulo,

Nagiging magulo.
Magiging masaya,
Nagiging masaya.
Magiging kompleto,
Nagiging kompleto.

Lahat ay sigurado
kahit ikaw ay unti-unti nang sumusuko.
Walang maiiwan
kung walang mang—iiwan.
Walang masasaktan
kung walang magbibigay ng dahilan.
Walang aalis
kung walang magtutulak papalayo.
Walang permanente
Pero kung gugustuhin bakit hindi?
Bakit hindi ka manatili?

Huwag mong bigyan ng dahilan na umalis.
Bigyan mo ng dahilan upang magtagal
at tumatag kayong dalawa.

Hindi puwedeng puro ka hingi at tanggap,
Hindi puwedeng puro ka hintay at pahinga.
Hindi puwedeng siya lang ang nagbibigay,
Hindi puwedeng siya lang ang nagtatrabaho sa relasyon.

Ilang ulit man mangyari,
Kahit anupaman ang mangyari,
Mag-aaway lang kayo, walang bibitiw.
Hindi si Tadhana o di kaya ang Panginoon ang may gawa
kung bakit hindi kayo nagtagal at hindi naging kayong dalawa.

Kayo.
Tayo.
Ang mga bagay
puwedi nating baguhin,
at puwedi natin planuhin.
Hindi porke siya ang bumuhay sa 'tin
siya na ang nagdidikta kung ano ang mangyayari sa kapalaran natin.

Nand'yan s'ya upang tayo'y gabayan, mahalin,
tulungan at bigyan ng liwanag patungo sa landas na gusto nating tahakin.

Tayo ang may hawak
sa gusto nating mangyari.
Hindi Siya.
Hindi sila.
Kundi ikaw.
Gawin mong tama bago siya mawala.

Liham Para Sa Aking Minamahal

Labis akong nahuhumaling sa iyong angking kagandahan,
Sa iyong mapupulang labing sa tuwing ika'y nakangiti,
At ito'y para bang may halong kristal na kumikinang.

Ang magaganda mong mga mata ang siyang nakapagpatunaw sa 'kin sa tuwing ika'y tumitingin.

Ang malalambot mong kamay ang siyang nagiging alalay sa tuwing ako'y nadadapa
at ang presensya mo'y dahilan ng aking pagkatuwa.

Ikaw, ang aking tinatangi.
Sa simula hanggang sa darating na umaga, buwan at sa darating pang mga taon.
Pang habambuhay na pagmamahal,
para sa 'yo aking minamahal sapagkat ikaw ay ang aking kaligayahan, sandigan at tahanan.

Jeian Nirza Putol

Si Jeian Nirza Putol, ay 22 taong gulang, siya ay tubong probinsiya sa lalawigan ng Leyte. Sa kasalukuyan siya ngayong nakatira sa Maynila. Isang mag-aaral sa kursong Bachelor of Science and Accoutancy sa Unibersidad De Manila (UDM). Isa siyang spoken writer tagalog Medium. Nagsimula siya sa pagsusulat noong nasa elementarya palang. Sa katunayan nga ay may mga naisulat na siya sa dalawang notebook subalit nawala ito matapos ang bagyong Yolanda. Ilang taon ang lumipas ay hindi na siya nakapag sulat pa, hanggang sa nitong mga nagdaan taon ay muli siyang sumubok. Sinimulan muli niyang sumali sa mga writing contest. Sa loob ng isang taon ay nagkamit siya ng iba't ibang mga parangal katulad ng "Ultimate Poem Writer Of The Year" taong pagsusulat una na dito ay ang ma-features siya sa isang Diyaryo ni sir John Guarnes sa Column A Abante "Pasikatin Natin Siya". Pangalawa nailimbag sa Module 11 ang isa sa mga akda nito sa Lapu Lapu, Cebu City, na may pamagat na "Pagod Ka na ba? Pahinga ka Muna" na may kinalaman sa edukasyon. Panghuli, nakapanayam niya si Ms. AiAi Delas Alas sa regional TV. Natuklasan niya ang writing contest world noong nagkaroon ng pandemya sa ating bansa at ngayon ay patuloy siyang naglalakbay upang magsulat, magmulat, at magkalat gamit ang mga salitang hindi kayang bigkasin ng ating mga bibig. At ngayon mahinay niyang binabagtas ang mundo ng pagsusulat ng mga maikling kwento, prosa upang lumago pa ang kaniyang imahinasyon sa mundo ng literatura.

"Kung may natutuhan man ako sa aking pagsusulat masasabi kong oo, dahil kung minsan bilang isang manunulat ay nauubusan din ako ng mga salita, pero hindi 'yon dahilan para huminto, natutuhan ko na sa bawat karera ng buhay ay hindi laging nagwawagi, madalas o palagi kang makakatagpo ng kabiguan pero sa halip na maging kahinaan dapat gawing motibasyon ang bawat pagkakamali upang mas lalo pang mahasa sa paggawa ng mga akda. Sa mga kapwa ko manunulat na nauubusan ng tinta (salita), padayon lang. Magsulat, magmulat at magkalat gamit ang mga salita at tinta," ayon sa kaniyang opinyon.

Hinayaan Mong Mawala Ang Tayo

Jeian:

Sa mahabang panahon nating pagsasama naibuhos ko lahat sa 'yo ng pagmamahal.

Sa panahon na iyon walang araw na hindi ako nagpapagal

para lang maibigay sa 'yo lahat ng bagay na makapagpapasaya sa 'yo at

para hindi mo na hanapin sa iba ang kaligayahan na gusto mo.

Hindi ko alam kung saan at paano ako nagkulang at kung bakit mo ako nagawang iwan.

Kasi alam ko sa sarili ko na hindi ako nagkulang pero nagawa mo pa rin akong iwan.

Lahat nang paghihirap at sakrispisyo ginawa ko.

Ako ang nagpapaubaya sa tuwing nag-aaway tayo,

Ako ang humihingi ng tawad sa mga maling nagawa mo,

At ako ang sumusuyo kahit ako 'yong nagagalit sa 'yo.

Sa akin mo isinisisi ang lahat nang alitan na mayro'n tayo.

Lahat tinanggap ko kahit hirap na hirap na ako.

Tiniis at tinanggap ko lahat-lahat pero ni isang beses wala kang narinig sa 'kin na masasakit na salita dahil ayokong masaktan ka.

Nakakapanghinayang lang dahil mauuwi lang sa wala ang napakahabang panahon na pinagsamahan nating dalawa.

Hinayaan mong maglaho na parang bula ang masasaya nating alaala.

Hindi na ako umaasang magiging isa sa pinakamahalagang tao sa buhay mo.

Pero sana balang araw, sakali na maalala mo 'ko o kaya marinig mo ang pangalan ko sa kahit na sinong kaharap mo,

Sana masabi mo na...

Minahal ako niyan,

Binaliwala ko lang.

Kayamanan O Kaibigan

Usapang real talk muna tayo!

Ito madaming makaka-relate dito, dahil alam ko lahat tayo nakararanas ng ganito.

Pansin mo ba kapag nakakaangat na 'yong isang tao o sabihin na nating mayaman na 'yong kaibigan mo, 'yong bang nakamit na niya lahat nang gusto niya, at nakuha na niya lahat ng mga bagay na inaasam-asam niya pero kasabay no'n bigla rin siyang nagbago?

Lalo na kapag mapera: mayaman na nga.

Usapang pera, dahil sa pera nagbago ka.

Dahil sa pera naging hambog ka na.

Mga kaibigan mo rati ngayon niyayabangan mo na.

Wala ka nang respito sa mga taong nagmamahal sa 'yo noon.

Kasi nga mayaman ka na ngayon.

Gano'n naman talaga, di ba?

Pagmayaman ka na madami ka na ng pera.

Magbabago na ang ikot ng mundo mo.

Nakakalimutan mo na 'yong mga taong naging parti ng buhay mo no'ng mga panahong walang nagpapahalaga sa 'yo.

'Yong mga taong tinulungan ka'y kinalimutan mo, 'yong pamilya mo, mga kakilala mo, at pati nga mga magulang iniwan mo.

Pero ito ang tatandaan mo,

Iyang kayamanan mo, iyang pera mo,

Kung mawawala ka man sa mundong ito,

Di mo 'yan madadala sa libingan mo.

Pero kung may respeto ka sa bawat taong nakapaligid sa 'yo, kahit wala ka na sa mundong ito, titingalain ka pa rin nila bilang mabuting tao.

Kaya kapag nakamit muna ang mga bagay na hindi nakamit ng iba,

Kapag kumikita ka ng pera para sa sarili mo, at nakukuha muna lahat ng gusto mo, 'wag mong kalimutan ang mga taong naging daan para maabot mo ang mga ito.

Matoto kang pahalagahan sila may pera ka man o wala.

Ipakita mo sa kanila na mas mahalaga sila kaysa sa kayaman na mayro'n ka dahil wala kang mababaon na magandang materyal kapag nawala ka kundi presensya at pagmamahal nila.

Bukang Liwayway

Hindi mo kailangan magmadali,
Hindi mo kailangan ipahabol ang 'yong sarili,
At hindi mo kailangan ikumpara ang narating mo sa narating ng ibang tao.
May kanya-kanya tayong panahon.
Iba-ibang landas ang nakatuon sa atin.
Pero lahat tayo makaaahon
Sa tamang oras, araw, o buwan.
Basta sasang-yon din sa atin ang panahon.
Sa ngayon magsipag at mag tiyaga muna tayo
Dahil may pagsubok ang bawat pag-asenso.
May sakit sa damdamin ang bawat ngiti sa mga labi.
May pagtawa at halakhak sa bawat paghikbi.
'Wag mong isusuot ang sapatos na hindi kasya sa 'yo, 'wag mong gagamitin ang isang bagay na nakalaan para sa ibang tao.
Dahil kapag pinilit mo ito mas lalo ka lang mahihirapan.
Mas lalo mo lang mararamdaman ang paghihirap na hindi mo naman dapat mararanasan.
Gano'n din sa pangarap.
Hindi mo kailangan madaliin ang gusto mong kapalaran
dahil sa bawat hamon ng buhay ay may kanya-kanyang paraan kung paano ito malalampasan.
Kung narating nila ang rurok ng tagumpay,
Magagawa mo rin iyon sa 'yong buhay.
Basta lagi mong tatandaan na sa bawat pagsikat ng bukang liwayway
Ay may panibagong pag-asa ang nag-aabang sa 'yong buhay.

Sukli

(Tunay na Kwento ng Ina at Anak)

Minsan sa kagustuhan nating makuha ang isang bagay nakakalimutan na nating maging mabuti.

Nalilihis natin ang mga matutuwid na paraan dahil sa pagiging makasarili.

Nakakalimutan natin na nakakasakit na pala tayo ng damdamin ng ibang tao.

Kahit 'yong mga magulang sasaktan natin para lang makuha natin ang ating mga gusto.

Ito'y isang k'wento mula sa isang tao na nagpa-realize sa 'kin bilang isang anak.

Ibabahagi ko lang dahil ako mismo ay napaiyak.

Anak:

Nag-away kami kanina ni Mama.

Pagkatapos napaiyak ko siya

kasi nasumbatan ko siya.

Naramdaman ko 'yong lungkot at sakit kasi natamaan ako sa sinabi niya.

Sabi ni Mama:

"Malaki ka na kasi kaya mo na akong sumbatan, kaya mo na akong labanan.

Noon pag may mga bagay kang gustong makuha, iiyak ka lang sa 'kin o magmamakaawa—para makuha 'yong gusto mo.

Ngayon pag may mga bagay na akong hindi kayang maibigay sa 'yo,

ikaw pa itong magagalit. Hindi mo ba alam na sobra ka nang nakakasakit?

Natatakot ako anak na baka pag dumating 'yong araw na may sarili ka nang trabaho o mayaman ka na ay

Bigla ka na lang lumayo at gustong mapag-isa.

Baka tuluyan mo na akong iwan at

Bigla mo na lang akong kakalimutan.

Don't grow up like that son, please. Miss ko na 'yong dating ikaw na lagi akong kinikiss, 'yong makulit lang pero mahal na mahal mo ako, at miss ko na talaga ang dating tayo.

Sa lahat ng bagay dito sa mundo,

Walang ibang pinakamahalagang tao kundi ang magulang mo.

Bakit? Dahil sila ang nagsakripisyo mula nang isilang kayo sa mundo.

Inalagaan, binihisan, pinag-ral at higit sa lahat ipinaramdam sa 'yo ang buong-buo na pagmamahal.

Ngayong malaki ka na karapatan mo na ibalik sa akin ang pagmamahal at pag-aalaga gaya kung paano kita minahal at inalagaan nong ikaw ay bata pa."

Patawad

(Matotong Humingi ng Kapatawaran at Magpatawad)

May mga tao na nakakagawa sa 'yo ng kasalanan.

Nahihirapan ka na patawarin siya dahil sa nagawa niya na hindi mo inaasahan.

Kaya hindi mo nararamdaman ang kasiyahan

Dahil galit at poot ang bumabalot sa 'yong kalooban.

Hindi mo na nagagawang magtiwala sa 'yong kapwa tao

Dahil sa ginawa niya sa 'yo.

Hindi mo na magawang magtiwala sa sarili

Dahil pakiramdam mo lolokohin ka lang ng sarili mo.

Nababalot ka ng poot at hinanakit sa 'yong kapwa

Dahil sa nagawa nilang pagkakasala

Na pakiramdam mo pinaglalaruan ka lang nila.

Pakiramdam mo ginagamit ka lang para maging masaya sila.

Tao lang tayo, nakakagawa ng mga mali.

Kung minsan hindi natin sinasabi at pinipiling ikubli.

Kaya kahit anong sakit at paghihirap mas pinipili natin maging matapang

Dahil ayaw natin na minamaliit tayo ng kung sino-sino lang.

Pero matoto sana tayong magpatawad at humingi ng kapatawaran.

Patawarin mo sila—anuman ang pagkakasala.

Patawarin mo sarili mo.

'Wag mong hayaan na balutin ka ng galit at poot d'yan sa puso mo.

Palayain mo na ang sarili mo mula sa mga bagay na nagpapalungkot sa 'yo.

Hindi pa huli ang lahat

Para maging malaya at sumaya ka.

Bagaman naging madamot sila sa paghingi ng tawad sa 'yo, ikaw na mismo ang magpaabot nito.

Hindi para sa kanila kundi para sa sarili mo.

Jayzle P. Corpuz

She is currently reaching the stars as her feet are on the ground.

She is a graduating student of Bachelor of Science in Business Administration majoring in Financial Management (BSBA-FM). She is an honor student in Grades 11 and 12 of the Accountancy Business and Management (ABM) Strand. Her pen names are *Zlelenia* and *Phermosa B*. She is a contracted author in an online writing platform called FameInk with her story entitled *Dreams Do Come True: On Going*. She is a poet and a dreamer.

Bahaghari

Iba't iba ang kulay ng pagkatao. May maliwanag at madilim, may sakto lang, may sobra at may kulang sa timpla. Ang iba'y maganda sa paningin, mayroon namang nakaiirita sa mata, mayroong matingkad, at ang iba'y hindi nakikita. Ngunit ang lahat nang iyon ay may halaga.

Sa pagtingala sa kawalan napansin ko ang mga ulap na tinatakpan ang asul na kalangitan. Napapa-isip ako, kung paano nito nabubuhat ang lahat at saka ibubuhos ang ulan na tila mga luhang nag-uunahan sa pagbagsak. Mas tinitiis siguro nito ang sakit kaya naiipon ang pait; sa sobrang bigat ay kusa na lamang ibubuhos ang lahat.

Sa pagbuhos ng ulan ay dama ko rin ang pait na dulot ng kasalukuyan. Kasalukuyang kalungkutan na dulot ng nakaraan—mga tanong ay nag-uunahan sa aking isipan; ang iba'y alam ko naman ang mga kasagutan ngunit hindi ko lang matanggap.

Katulad lang din tayo ng ulap; nahihirapan sa pagpaparaya sa mga bagay na nagpapasaya sa ating kalooban. Hirap sa pagpapakawala kung kaya't hindi makausad sa hinaharap. At kapag namanhid na dahil sa pagkapagod ay kusa na lamang bibitiwan ang bigat sa damdamin. Kusang bubuhos ang mga luha hanggang sa wala nang maibubuhos pa—hanggang sa wala nang pag-asa.

Sa pagtila ng ulan ay dama ko pa rin ang lungkot sa aking kalooban. Akala ko'y pag tumila na ang pag-iyak ng ulap ay kasabay rin nito ang pagtahan ng aking nararamdaman. Hindi pala. Hindi ganoon kadali ang umusad; magkakaiba naman kasi tayo ng kulay.

Natunghayan ko kung paano kumurba ang mga kulay sa kalangitan; kung paanong ang bahaghari ay lumitaw pagkatapos ng paghihinagpis—ng pagtitiis. Sabi nila "ang bahaghari ay simbolo ng bagong pag-asa" ngunit bakit hindi ko makita? Bakit hindi ko dama? Kung ito ma'y totoo, bakit narito pa rin ako na nag-iisa at nagkukunwaring masaya?

Humaplos ang hangin sa aking katawan na tila ako'y pinapatahan. Muli ay bumuhos ang aking mga luha, akala ko ba'y ubos na?

Sa aking muling pagtingala ay mas tumingkad ang mga kulay sa bahaghari; pansin ko rin ang tuwa sa mga mata ng mga taong sabik sa paglitaw ng bagong pag-asa. Ang mga bata ay inosenteng nakatingala, nakatutuwa. Ang iba nama'y may lungkot kasabay ng pagkamangha.

Iba-iba nga talaga ang kulay ng pagkatao. May maliwanag kung saan mapapansin ang ligaya sa kanilang mga mata. May madilim kung saan inilalabas ang nararamdaman kapag wala nang tao sa paligid—kapag kadiliman na ang namumutawi. May matingkad—halos lahat yata ay nadadapuan ito ng mga mata. Mayroon namang hindi nakikita kahit ano'ng gawin ay hindi napapansin.

Ako yata ang kulay sa bahaghari na hindi nakikita ngunit sabi ko nga lahat ng 'yon ay may halaga. Kumurba ang ngiti sa aking mga labi: ako'y may halaga.

Kadalasan na nakakaligtaan natin na mayroon tayong halaga dahil sa pagkasabik makuha ang mga bagay na tingin natin sa atin itinadhana. Kaya kapag napasakamay ay ibubuhos ang lahat at nakakalimutang dapat na magtira sa sarili dahil ano pang ibubuhos mo kung ikaw mismo ay ubos na?

Sa pagbuhos ng ulan nawa'y pagtanggap ang 'yong susunod na hakbang at sa pagtila nito, anuman ang kulay ng 'yong pagkatao, manatili ka pa rin sanang maging isa sa mga kulay ng bahaghari—magbibigay ng pag-asa sa 'yong sarili, magandang halimbawa sa nakararami.

Sarili—hindi man ako ang kulay na parating nakikita sa malayuan, matingkad naman ito sa malapitan sa itaas ng kaulapan.

Piring

Pira-pirasong papel niring bumubulag sa kamalayan ng sangkatauhan; iniingatang kahong nakasuksok sa sulok ay naglalaman ng gintong pangtubos ng kagitingan. Isinilang nga ba'ng mamamayang maging bulag sa kasalukuyan? Maging mangmang ang isipan sa katotohanang tayo lamang ang nakakaalam?

Marikit kung tingnan ngunit mahigpit ang kapit sa nakapapasong kalawang.

Nakaawang, mistulang naghuhumiyaw ng kaluwalhatian, walang lagusan, ni boses na mahihimigan, pikit ang mata sa maliit na halaga sa dahilang magdurusa ang makakaalam—nakagapos, at walang kalayaan.

Hubad ang reyalidad ngunit pinipiling maging bulag, pipi at bingi, mapiringan lamang ng maliit na salapi. Pinipiling maging lampa kapalit ng habambuhay na pagdurusa, ni ayaw marungisan ang pangalang nakamarka na balang araw ay kukunin ng liwanag ng lampara. Ariwana'y hindi mamahinga ng may piring ang mga mata.

Ito na ang hudyat ng pagpunit ng nakaraang naglugmok sa atin sa putikan. Kalasin ang piring na may bahid ng dugo't pawis ng mga bayaran. Kung hindi ka pa gising at nais ay managinip lang, hindi ko naman gugustuhing matulog sa bangungot ng nakaraan pagkat ang pangarap sa hinaharap ay malapit nang makamtan.

Tuka Ng Agila

Kahabag-habag ang pagkataong napupuno ng kabalakyutan; hanggang sa bukana'y mga higad na itim ang naninirahan. Kahabag-habag kung ngumawa ay mistulang walang naaapakan— pagmasdan ang galit kong namumutawi'y sasabog na mistulang bulkan.

Umaapoy kong tingin, nakasusuklam man ay mas nakaririnding kayo'y masaksihan. Magdiriwang ang mga inapi kung sa putik ay kayo'y babalik doon sa dating gawi. Higad ma'y magkaroon ng pakpak, dala niyo'y panganib sa bawat yapak.

Wangis niyo ay hindi malilimutan; sa paglipad ko'y kahit magmakaawa'y hindi maaasahan. Ahas kayong maituturing na gagapang magpahanggang wakas. Kabutihan sana'y pinairal; nagtanim nang hindi bubunga sa buhanginan.

Kahabag-habag ang mga nilalang na bumabase sa estado ng pamumuhay; pangmamaliit niyo'y walang saysay— tumingala kayo, makikita niyo akong aakayin kayo't papaslangin sa itaas sapagkat ang agila'y mas malakas pag sa kalangitan umalpas.

Lihim Na Pagtingin

Isa kang araw,
Liwanag na nais kong matanaw.
Ika'y bituin sa kalangitan,
Malayo ma'y inaasam makamtan.

Ngiti sa 'yong labi'y ibig kong masaksihan,
Mata mo'y sabik na matitigan.
Ano'ng maipaglilingkod ko, Ginoo?
Wari ang puso ko'y nabihag mo.

Galak sa 'yong mata'y muling ibalik,
Ipapadala sa hangin ang aking halik;
Ipapadama ang yakap gamit nitong akda,
Narito ako kahit di mo man makita.

Lihim na pagtingin kung tawagin,
Munting alay ko sa iyo'y pansinin.
Katauhan ko'y h'wag na lamang alamin,
Sapat na ang palihim kang mahalin.

Bukana

Korteng nakikita'y nagbabagong anyo,
Waring tabak na bumabaon at iginugupo;
Mangmang kung tawagin ang hukbo,
Sandamakmak ang kaalaman at mistulang mga eksperto.

Wawang pumuputaktak,
Mga likidong tumagaktak;
Kakat'wa mga barberong balita,
Hindi alintana ang katotohanan sa paksa.

Bukanang walang mahihita sa kakangawa,
Walang magawa kundi ang kumut'ya,
Hindi alintana'ng sariling mga mantiya,
Mga pariralang hindi na mabubura.

Mangmang sa pangangawa,
Sarado ang isipan ngunit bukas ang bukana.
Malalim, madilim ngunit mababaw lang pala,
Akala ko'y patalim ngunit naging armas sa pagpinta.

Nahulog sa sariling patibong,
Habang ako'y nakaahon na sa pagbaon.
Patuloy kayo riyan sa inyong mga bukana,
Sariling gawa ang may sala.

Napadaan Lang

Bawat paghakbang
Sa ilang mga baitang,
Alin ang pagpipilian?
Ang kaliwa ba o ang kanan?

Pinili ang alam kong tama,
Sa kabila ng mga pangamba.
Inakalang 'yon ang tinadhana,
Ngunit ako'y napadaan lamang ba?

Gising aking diwa,
Pikit ang mata,
Nakatakip ang tainga,
Bibig ay nakasara.

Maraming harang sa daanan,
Pinili kong lampasan,
Mahantong lamang
Ang dulo ng walang hanggan.

Saan na ito patungo?
Nakalayo, naligaw na 'ata ako
Ng landas na aking tinatahak,
Ramdam ang pawis na tumatagaktak.

Bawat paghakbang,
Paitaas sa mga baitang,
Bakit tila paibaba ang daan?
Tumingala ako't nalula sa layo ng natuntunan.

Ako'y nalugmok sa 'king kinatatayuan,
Napaluhod sa pagod na nararamdaman.
Paano muling aakyat sa hagdan?
Ako ba'y babalik o ipagpapatuloy nalang?

Pinili ang alam kong tama,
Pinagpatuloy kahit may pangamba,
Ako na'y hindi na maligaya,
Tila landas ay kaliwa.

Huminto ako sa pagod,
May liwanag sa kabilang bakod.
Muling sumugal sa pagtungo,
Nahirapan ma'y hindi sumuko.

Hindi nagsisi sa 'king nilakaran,
Nagtagumpay sa hirap na naranasan.
Ako'y napadaan lamang,
Dala ang aral, hindi na muling magpapalinlang.

Dilim Ng Mundo

Isipa'y hindi mawari;
Alin ang tama o mali?
Bawat eskenitang iniikutan,
Nariyang hindi maintindihan,
Tama ba'ng panghawakan,
Pangakong pilit na kinakapitan?

Dilim ang namumutawi,
Tahimik ngunit maingay ang tabi.
Napasikip ngunit pilit na isinisiksik;
Sariling nais lamang ay kasiyahan,
Bakit Bathala'y hindi mo pagkalooban?
Hiling ko lamang ay katotohanan.

Madilim ang mundo,
Magmula ng ako'y itabi sa gulo.
Manhid—iyon ng tingin ko,
Walang maramdamang kahit ano.
Nasanay na nga ba 'ko?
O tanggap na ito na ang dulo?

Kapos na sa paghinga,
Puso'y biyak na sa paulit-ulit na pagtaga.
Hawak ang patalim,
Nagniningning sa aking paningin.

Handa ng wakasan ang lahat,
Tatakbuhan, lilisanin ang mga kalat.

Pigil ang paghinga,
Dugo'y nagkalat sa kama.
Talukap sa aking mga mata,
Unti-unting ng sumasara.
Liwanag, nasaan ako?
Dilim, muling haharapin sa mundo.

Bangis

Nagpapahingalay at nakatungo sa paraiso;
Pinagmamasdan at nilalanghap ang sariwang bango.
Iniilagan, animo'y mayamungmong sa misteryo;
Nakapaloob, nakabalot bangis na dulot nito.

Kasindak-sinsak mga pangil, mistulang mangangain.
Katauhang kinatatakutan ay nahuhusgahan.
Halika't dumalo rito, alamin ang aking kalooban;
Hindi sa nakaraa'y inaalam ang kamalian.

Tigreng maituturing ika nga kung ako'y ihambing,
Matalas ang pakiramdam kahit pa 'koy nakahimbing.
Maruming kapaligiran man ay hindi iindahin,
Alisin mga panirang damong may hatid na lagim!

Natural na bangis kaya't pilit na inilulugmok;
Ngunit sa katapanga'y lipunan ang siyang nagluluklok
Sa upuang kay tagal nanahan sa paghihintay,
Alay angking kalooban, kalokoha'y mahihimlay.

Paragwas Sa Ulan

Makulimlim na langit, waring may dinadalang pait,
Mabigat na ulap, nagbabadyang pagbagsak
Ng ulan na siyang dulot ng nakaraan,
Hindi matutumbasan kahit anong katuwaan.

Bawat butil mula sa ulap na pumapatak,
Waring punyal na unti-unting tumatarak,
Sa bawat parte ng aking katawan,
Tila nalalapit na sa aking himlayan.

Maaari bang kapahingaa'y matamasa muli?
Nang hindi madama ang pait at pighati?
Nakatingala't nakapikit ngunit ang sakit,
Madama ang ilang ulit na pagtaga't pagpunit.

Nalalapit na 'kong malunod sa baha,
Tila wala ng makakapitang pananggga.
Bakit tila tumila ang ulan?
Nais ko pa sanang malunod hanggang sa hantungan.

Talukap sa aking mata'y binuksan,
Natutop sa isang paragwas sa 'king ulunan.
Mauulit na naman ba ang nakaraan?
Sa takot ko'y tumakbo ako't nagpaulan.

Bunga

Nagbungkal ng lupa,
Tinamnan ng punla.
Dinilagan ng tama,
Hinihintay na magbunga.

Nakahandang mangmanipula,
Peste ay gagapang sa sanga.
Maninira matapos kumuha,
Maaasiwa kung walang mahihita.

Dugo't pawis ang pinuhunan,
Lalapit kung may kailangan.
Nagkamali ng pinagtamnan,
Hindi namunga sa buhanginan.

Likas

Kahapong di kumukupas,
Bakas ng di pagtakas;
Pagharap sa mga dahas,
Katapangan ko'y likas.

Hinagpis aking tinitiis,
Kasalanang aking dinidikdik
Sa sarili ng walang mintis,
Sabik sa pag-ibig na hitik.

Pagkabigo'y di kahinaan,
Likas na ako'y matapang.
Nakaraang wala 'kong kasalanan,
Biyaya nang ako'y isinilang.

Linta

Di masukat na mga himig,
Nakakapit sa 'yong bisig.
Lumalapit upang magkadikit,
Pag nasipsip nang dugo'y nanglalait.

'Di makita ang pinapahiwatig,
Pakunwari'y nakikinig,
Patalim, nakahandang itarak sa dibdib,
Nakabibilib mistulang sumasanib.

Minsan sila'y nasa tubig,
Sa lupa't dagat walang tinig.
Makikita na lamang nakakapit,
Uubusin ka hanggang mamilipit.

Bulaklak

Ang 'yong amoy ay humahalimuyak,
Sa bango'y tila ka isang bulaklak.
Lumalapit mga paruparong lipad,
Nahuhumaling sa gandang lahat ay hangad.

Namumukod tangi ka sa 'yong hardin,
Nais nilang ika'y pitasin.
Sariwang ganda'y dalisay,
Ngunit nabunot ka't agad nahimlay.

Dumatal ang isang Prinsipe,
Upang ika'y isalba sa salbahe,
Diniligan at muling nabuhay
Kaya't kayo'y nagsama ng panghabambuhay.

Hangganan

Sa tuwing naiisip kong may hangganan ang buhay, nais kong sana'y mamuhay ng matiwasay; gawin ang mga bagay ng may kabuluhan. Kainin ang masasarap na pagkain na ihahain sa hapagkainan. Pumunta sa iba't ibang lugar na tila wala nang bukas pa. Maglibang, magsaya, walang sakit, at malaya.

Ngunit tila ako nakagapos sa kasalukuyang paghihirap; nariyang may mga taong walang maihain sa mesa, pagala-gala sa kalye't walang masilungan. Walang pamilyang masasandalan, nag-iisang hinaharap ang hamon ng buhay. Nariyang kapangyarihan ang nais makamit, ang nasa ibaba'y patuloy na inaapakan.. Napakahirap samantalang may mga tao namang maayos ang pamumuhay, mapapatanong ka na lang— wala na ba itong katapusan o mamamatay na lamang bang dilat ang mga mata ngunit bulag sa katotohanan?

Bakit pa ipinanganak kung mukhang wala namang silbi sa lipunan? Bakit pa kinahaharap ang lupit ng sanlibutan, pilit na lumalaban habang kumakalam ang tiyan?

Hangganan— sa lupa tayo'y nakaapak, sa lupa ri'y babagsak, pagsasaluhan ng mga lamang lupa o di kaya'y susunugin sa nagbabagang apoy upang maging abo. Katawan— maglalaho sa paglipas ng panahon; magandang kutis ay kukulubot o di kaya'y maagang mahihimlay— kaluluwa, saan patutungo?

Kasalukuyan— kahit nais mong maging malaya sa kalupitan ay walang pakundangan ang mundo sa pag-ikot habang ika'y napag-iiwanan sa ibaba. Sino nga ba ang may sala? Ang nasa tuktok na sinasamsam ang pinaghirapan o ang nagluwal na walang panustos sa pangangailangan? Ang nakaupo't nangbubulsa ng kayamanan o ang kamangmangan ng mamamayan sa pagpili nang iniluluklok sa upuan?

Hinaharap— kalayaan nga ba'y makakamtan? Kailan matutunghayan ang hangganan ng kalupitan? Ngunit nasisiguro kong kaginhawaan ay mararamdaman, kalungkutan nga'y may hangganan. Sadyang ang buhay ay pantay, sa'n ka man sa tatsulok, may sari-sariling suliranin pa rin ang kinahaharap upang maaabot ang inaasam na pangarap. Maging mahusay lamang sa ibinigay na buhay.

Dalangin Ng Mambabasa

Naniniwala ako sa k'wento ng pag-ibig, nagsisimula ito sa pagbuklat ng libro, ang prologo na kung saan mababasa ang simula at dahilan kung paano nagsimula ang k'wento ngunit gaya ng isang libro ay may hangganang mababasa sa epilogo. May simulang payapa, mayro'n ding nakakabigla at hindi inaasahan ngunit gaya nga sa isang nobela, ito'y nakasulat na't nakatadhana.

Kaysarap namnamin ang simula, hindi ko titigilang basahin ang bawat salita't mga letra ngunit habang tumatagal, nais kong bagalan at huminga dahil ramdam kong nalalapit na ang pagtatapos ng istorya. Nais kong balikan kung paano nagsimula, doon kasi ay nalalapatan ng tuwa, doon kasi ay may kilig ngunit kalaunan ay pantasya lang pala. Napapaisip tuloy ako na tama nga— sa simula lang maganda, sa simula lang masaya dahil kalaunan ay mapapalitan ito ng pagkasawa. Ngunit gaya nga ng isang libro, nais kong ipagpatuloy ang pagbabasa sa k'wento dahil baka may magaganap na pagbabago.

Ipagpapatuloy habang nahihirapang huminga dahil sa pigil na mga luha. Ipagpapatuloy marating lang ang dulo dahil baka may susunod pang mga kabanata. Nais ko ng walang hanggangan sa pagbabasa, na ang pagtigil na lamang sa paghinga ang magiging dahilan ng pagputol ng k'wento nating dalawa.

Kuwentong Pag-Ibig

Kayrami ko nang napanood at nabasa patungkol sa pag-ibig— kadalasan kung sino pa ang totoong nag-iibigan ay siyang puntirya ng tadhana't hahadlangan ang kasiyahan. Kadalasan ito ang mga k'wentong mag-iiwan sa 'yo ng kirot, lungkot, takot at mag-iiwan ng mga katanungan sa isipan— bakit pag tunay ang pag-ibig ay hindi sinasang-ayunan ng kalawakan? Bakit tinatangkilik ng mamamayan ang k'wentong pag-ibig na nagtatapos sa masalimuot na trahedya't kasawian? Bakit hindi na lamang magsama ang dalawang tunay na nagmamahalan?

Sa tunay na buhay, may mga kywentong pag-ibig na perpekto na sana ngunit sadyang hindi para sa isa't isa. Mga totoong nararamdaman ay nababale-wala dahil tadhana na mismo ang hadlang sa istorya. Wala kang magagawa kundi tumaliwas sa agos ng dagat datapwat kahit harapin ang hamon ay kusa ka nitong ibabalik sa dalampasigan. Kusa kang iluluwa ng tubig alat sapagkat hindi ka nararapat sa malawak na karagatan.

Akala ko'y pag-ibig ang bumubuhay sa sangkatauhan, na kapag naramdaman na ang pagtibok ng puso sa isang tao ay isa na itong hudyat ng kagalakan sa damdamin ngunit mali pala— ito pala'y hudyat ng pagkabigo sa dulo ng kuwento. Na kahit ipaglaban ng ipaglaban ay hindi hahayaan ni kupido ang dalawa. Siguro dahil nagkamali siya ng pinanang kapareho, na imbes sa karapat-dapat maitatama ay napunta sa taong hindi nararapat makasama. Na kahit piliin man nila ang isa't isa'y hindi magiging sila ang pang wakas ng kuwento kundi nakatadhana sa ibang pahina ng limahihimla

Kakaiba Sa Dating Anyo

Nakilala ka sa mapaglaro mong pagkatao ngunit ngayon ay kakaiba ka na sa dati mong anyo. Tunay nga sigurong kapag nakita mo na ang para sa iyo ay kusa nang magbabago ang dating magulo.

Hindi ka isang tala na sa kadilima'y nakikita. Hindi ka araw na lumilitaw saka lulubog matapos magbigay sigla. Mas lalong hindi ka isang bahaghari na lilitaw lamang para magbigay paalala na may pag-asa.

Hindi ka gaya ng isang tula na pinaganda lamang ng mga tugma; ika'y malaya't may sariling estilo na di basta makikita ng iba. Hindi ka isang nobelang may katapusan kahit ilang kapanahunan pa ang maitala. Mas lalong hindi maikling kuwento na sa dulo'y may aral na makukuha.

Ika'y naiiba sa mga tala; ang kinang mo'y nag-aalab lamang sa paborito ng iyong mga mata. Sa liwanag man o sa kadiliman, ika'y tiyak na masusumpungan, walang pinipiling oras ang ibinibigay mong sigla. Ang pag-asa mong dala naman ay hindi lang isang paalala matapos ang pagbuhos ng ulan sapagkat ika'y itinadhana na makasama ang isang taong galing sa kabiguan.

Ang bawat salita mo't gawa'y hindi tugma sa alam ng karamihan sapagkat ang totoong ikaw ay ipinakita mo lamang sa 'yong tunay na napusuan. Pag-ibig mo'y sigurado't walang katapusan; ang kuwento ay magpapatuloy matapos man ang kapanahunan pagka't ang diwa't alaala ay mananatili sa nabuo nating pag-iibigan. Ika'y hindi aral na mapupulot sa dulo ng kwento dahil maisasabuhay na ang napulot na aral sa ating ginagalawang mundo.

Chizcel Jane De Guia

Chizcel Jane De Guia, also known as *Akdanimakata* on Wattpad, began writing at the age of ten, and has been publishing her work since 2018 to show other people her ability to write.

She enjoys writing poetry and novels. She believes that being an aspiring writer today will allow people to get to know her better. She is currently enrolled at Fatima National High School as a student of Accountancy, Business and Management. Her long-term goal is to become a Certified Public Accountant.

She appreciates other people's writings, especially those of her fellow aspiring authors, but she only has one favorite, and that is herself. As a result of her unwavering vision, she feels that everyone's lives are meant to be filled with happiness and worth.

Nagsawa Sa Sangkap

Kailan ba ako huling nakatikim ng sarap?
'Yong sarap na para kang niyayakap,
Sarap na siguradong hindi mo pagsasawaan,
At sarap na kapag nakahanap ng iba'y hindi mo maiwan.

Bawang, sibuyas, suka't toyo,
Ano pa bang kulang para makompleto ang adobo?
Kulang ba sa tamis kaya't naghanap ng bago?
O kulang sa tiyaga't kaya naloko?

Andaming sangkap na puwedeng ilagay,
Pero kung sumobra baka pagsawaan at sa iba ibigay.
Mga pangakong sa akin inihain
Ngunit napako lamang at kinain.
Mga pangakong sa una lang napanindigan
Ngunit sa iba pala talaga ilalaan.

Alam ko.
Alam ko ang kaibahan ng adobo at menudo.
Kaya sana, kapag gusto mo na ng adobo,
Huwag mo nang hanapin ang menudo
Dahil alam natin ang kaibahan sa lasa nito.
Alam natin kung sino ang mas masarap.
At kung sino ang kinulang sa panlasa.

Pero akalain mo 'yon,
May mga tao palang tulad mo.
Noong una'y gustong-gusto ang adobo
Pero nagsawa't naghanap ng menudo.

Kung ihahambing man kita,
Sa mga sangkap na aking inilagay,
Ikaw yung toyong kumompleto sa lasa ng adobo.
Pero ikaw rin 'yong lasang ayoko, pag nagsawa na ako,
Ayokong lubusin.
Baka kasi kapag umalat, ayoko nang kainin.
Ngayon
Tapos na ako,
Sa lahat ng sangkap na inilagay ko.
Tanggap ko nang ikaw 'yong alat, sa matamis kong adobo.

Pero alam mo ba?
Ikaw talaga 'yong unang nagsawa't napagod
Kaya naghanap ng ibang lasang patok sa gusto mo.
Ikaw 'yong kinulang sa panlasa.
Kahit sakto naman ang mga sangkap na inilagay ko sa ulam
Ikaw 'yong unang sumuko
At iniwan ako.
Ikaw 'yong kamay na pilit kong hinahawakan
Pero bumitiw at nang-iwan.

Kaya sinta,

Sa pagtatapos ng tulang ito,
Mayroon lamang akong isang salitang bibitiwan.
Sana iyong isipin at huwag baliwalain.

Sinta,
Kung sawa ka na,
Itigil mo na,
Huwag kang magpanggap na gusto mo pa,
Kung ayaw mo naman sa lasa.

Haraya

Mata'y nakapikit
Ang dilim ay nang-aakit
Tila'y dinadala ako sa langit
Isip ko'y tanong kung bakit?

Haraya'y maganda
Dalisay ang pagkakagawa
Katulad ng aking mga gawa
Lahat ng ito'y tugma

Panulat at papel sumalubong sa akin
Niyaya akong sumulat ulit
Kahit pa'y kabado
Ang pagtigil ay wala sa bokabularyo

Oh, harayang maganda
Sa 'yo ako'y hanga
Imahinasyon ika'y nabuhay
Ngunit ayaw kong ibaon sa hukay

Ikaw ang hiwaga
Sa gitna ng langit at lupa
Pagod ma'y maramdaman
Pagsusulat ay hindi titigilan

Saglit

Limang taon kong naramdaman
Ang saya na hindi ko malimutan
Ika'y unang nakilala
Sa gitna ng mga taong nagsisiyahan

Kasabay ng tugtog ng musika,
Tayo'y umindayog na parang wala ng bukas
Doon kita unang nakita
Doon kita nakilala

Tadhana'y binawi ka
Masakit mang palayin ka
Ngunit ito lang ang aking magagawa
Ika'y malaya na

Sa saglit na ating pagsasama
Sakit ay naramdaman
Sa una lang ako pinasaya
Ngunit nawala pa rin ng tuluyan

Kumukulo Ang Tiyan

Inay, Itay.
Nasaan kayo?
Ba't niyo iniwan ang musmos na ito?
Kanina pa kayo wala, gutom na ako

Ilang araw na ako sa kalyeng maramot
Ngunit walang lumapit upang kunin ako
Ilang beses kong binuksan ang aking palad
Ngunit piso lamang ang aking natanggap

Inay, sabi mo babalikan mo ko?
Ngunit buwan ay dumaan wala ka pa rin sa tabi ko
Hinintay kita sa lugar na paraiso
Gabi'y dumating, naiwan akong tulala't gutom

Itay, ramdam ko na ang aking pagkalumbay
Dati rati'y utang ko sa inyo ang aking buhay
Ngunit nagbago nang hayaan ninyo akong mabuhay
Sa kalyeng nagsilbing ako ang bantay

Palagi kong dasal
Na sana ako'y patnubayan ng maykapal
Ina't itay tunay ang aking pagmamahal
Ngunit patawad kung buhay ko'y wakasan

Huling Paalam

Saksi ang ulan
Sa aking kabiguan
Saksi ang kulog at kidlat sa aking nararamdaman
Na pinagdamot ni Bathala.

Pakiramdam ko'y pinaglaruan ako ng kalawakan
At ang ulan,
na sumabay sa aking kalungkutan
 ay ramdam ko, ang sakit at ng kabiguan

Lumaban ng patas
Pero sa huli'y naiwang butas
Ang dating kaligayahan na akala ko'y akin pa
Ngunit sumasaya na pala sa iba.

Mananatiling mahal ko siya
Kahit hindi ko na masabing akin pa
Dahil alam kong hindi talaga naging sapat
Kahit binigay ko naman ang lahat.

Kaya paalam na
Sa ating nakaraan
At patawad na rin pala
Kung hindi mo nahanap sa akin ang pag-ibig na iyong pinangarap

Mahal, paalam.

Jay-Ar C. Del Rosario

Jay-Ar C. Del Rosario is 24 years old and a 4th-year college student.

He is a graduating student with the course of Bachelor of Early Childhood Education.

He joins many writing contests on different Facebook pages.

He also joined the spoken word poetry contest in Bigo Live Philippines four times winning 1st place in his 2nd joining while 2nd place in the 4th time he joined. Writing poetry and short stories is his passion. And he believes that through writing, he can express all the feelings, experiences, and the truth about what he sees in his community.

Kahit Walang Tayo

Hi, magandang umaga! Kumusta ka?
Kumain ka na ba?
Ano'ng ginagawa mo?
Sa maghapon mag-iingat ka mahal ko, a?

Oo naman, mahal. Mag-iingat ako para sa 'yo.
Kasi gusto ko pa na ika'y makasama.
Sa piling mo ay masaya na
Bumuo ng magagandang alaala.

Tanghalian na, kumain ka na. H'wag kang magpapalipas, a?
Oo naman, mahal. Ikaw din kumain ka na. Hindi ako magpapalipas ng gutom na
Parang pag-ibig ko sa 'yong hindi lumilipas at kumukupas.

Hala, mahal! Kinilig naman ako!
At huwag kang mag-alala kasi ganoon din naman ako sa 'yo.

Mahal, wala pang tayo.
Oo, mahal. Wala pang tayo.
Pero ayos lang.
Kasi handa akong maghintay sa 'yo kahit matagal pa 'yan basta't makasama ka lang.

Kahit hindi normal na maging sweet ka sa 'kin at maging sweet ako sa 'yo,

Kasi nga wala pang tayo,

Ayos lang kasi mahal naman kita at mahal mo rin naman ako, di ba?

Kaya mahal palagi kang mag-iingat, a?

Kapag lalabas magsuot ka ng facemask, face shield at huwag kalilimutan ang alcohol, a?

Oo, mahal. Ikaw din.

Gawin mo rin 'yang sinabi mo sa akin.

Kasi simula no'ng makilala kita, ayaw ko nang humanap ng iba kahit na wala pang tayo.

Miss na Kita

Miss na kita.

Namimiss pa ba kita?

Miss na pala kita.

Ay teka mali, maling mamiss kita kasi may mahal ka palang iba.

Ayaw ko na.

Ayaw ko nang balikan ang nakaraan sa ating dalawa.

Kung saan kapag sinabi kong miss nakita,

Ang ibig sabihin no'n ay mahal halika rito yayakapin kita.

Na kapag sinabi kong mahal kita, ang ibig kong sabihin no'n halika rito magmamahalan tayong dalawa ng walang hanggan.

Pero bakit gano'n, sa tuwing sasabihin kong miss na kita,

Sakit ang aking mararamdaman.

At dahil doon ka na tumungo sa kanyang dantayan.

Bakit gano'n na kapag sinasabihan kita ng i love you mas lalo lang akong nasasaktan?

Dahil ba'y kayong dalawa na ang nagmamahalan?

Pero mahal,

P'wede ba?

P'wede bang kahit sa huling pagkakataon na ito hayaan mo akong sasabihin sa 'yong miss na kita at mahal kita na malugod mo itong tatanggapin? Dahil ang ibig sabihin nito ay malaya ka na.

Oo, mahal. Papalayain na kita.

Kasi nakikita ko naman na sa kanya ka na masaya.

Papalayain na kita.

Kasi nakikita ko naman kung gaano kayo kasaya.

Mga ngiti mong walang katumbas sa tuwing kasama mo siya.

Mga tawa mo dati na ako lang ang nakapagpalabas.

Pero ngayon hindi na

Kasi masaya ka na sa kanya.

Kaya mahal pinapalaya na kita.

At sa huling pagkakataon, sasabihin ko sa 'yong mahal kita at miss na kita.

Untitled

Dito sa mapanghusgang lipunan,
Madalas sila 'yong pinagtatawan,
Kapag iyong nakita iyo nang huhusgahan,
Dahil sa kanilang kapansanan.

Lagi silang nagiging tampulan ng tukso.
Kapag sila ang nakikita'y pagtatawanan mo riyan.
Dahil ang tingin mo sa sarili mo ikaw ay perpekto.
Pero diyan ka nagkakamali at ako ay sigurado.

Huwag kang maging mapanghusga sa nakakasulasok at bulok na lipunan.
Dahil hindi nila nais makipagtunggalian.
At ang nais lang nila ay ang pantay na pagtingin ng lipunan.
Ngunit sa ganitong gawi marami ang nagbubulag-bulagan dahil ang tingin mo sa iyong sarili'y angat ka sa karamihan lalo na sa may kapansan.

Pero kaibigan, huwag mo sanang mamasamain kung ikaw ay aking patutuhanan,
Na tila ba ikaw pa 'yong may kapansanan.
Dahil hindi mo sila naiintindihan at nauunawan.
Dahil ang tanging nakikita mo lang ang pisikal nilang kaanyuan at iyo na silang huhusgahan.

Hindi ba't parang ikaw pa 'yong may kapansanan marahil hinuhusguhan mo sila base sa kanilang kakulangan.

Hindi ba't ikaw pa 'yong may kapansanan, hindi man sa pisikal pero sa kaisipan.

Dahil hindi naman dapat sila hinuhusguhan.

Bagkus sila pa ay dapat nating hangaan.

Dahil sa mga natatangi nilang kagalingan.

Ang kanilang hindi pagkaperkpekto ay kanilang pinupuhunan.

Bagkus sila pa dapat 'yong pinapalakpakan.

Sila dapat 'yong hinahangaan.

Sila pa dapat 'yong nakakatanggap na malakas na sigawan at palakpakan nang dahil sa kanilang kagalingan.

Sila pa dapat, oo, sila pa ang karapat-dapat.

Ngayon may itatanong ako sa 'yo.

Kung kilala mo ba si Nick Vojicic na walang kamay at paa

Pero nagbibigay ng inspirasyon sa iba.

Kilala mo ba si Nick Vojicic na hinahangaan ng marami dahil sa kagalingan niya?

Pero malamang hindi.

At kung kilala mo man siya dapat mahiya ka

Dahil sa gano'ng kalagayan nakakapagbigay siya ng inspirasyon sa iba.

Samantalang ikaw perwisyo lang naman, di ba?

Kaya Ko Pala Kahit Wala Ka

Hindi maalis sa aking isipan
Ang mga bagay na ating pinagsasaluhan at
Sa tuwing tayo'y magtutungo sa ating tagpuan.
Na para bang ayaw ko nang lumubog ang araw at hindi na ninais lumabas ang buwan.

Kahit madalas nagkaroroon ng tampuhan
At sa huli nauuwi na lang sa tawanan.
Dahil ang makita kang malungkot ay hindi ko matagalan,
Kaya't gumagawa ng paraan upang lumabas muli sa iyong mukha ang mga ngiti na paborito kong pagmamasdan.

Hindi, hindi.
Hindi ko na nanaisin pa na lumipas ang araw kapag ikaw ang kasama.
Kasi kakaiba ang nararamdaman kong saya.
Kasi pakiramdam ko ako'y laging nasa maayos na kalagayan kahit saan man tayo magtungong dalawa.
Kaya't sana mahal, ang mga araw na ito ay hindi na matapos pa.

Pero ang sana ko ay nag mistulang bula na bigla na lamang naglaho.
At ang pagmamahal mo sa akin ay bigla nalang lumabo.
Dati parati-rati kang nasa tabi ko.
Ngayon ako nalang ang mag isa sa ating tagpuan at hinahantay kang dumating habang nakatingin sa malayo.
Pero iyon na nga'y sobrang labo.

Dahil mahal nasaan ka na ba?

Bumalik ka na naman sa kaniya?
Pero ngayon mahal okay lang dahil okay na.
Dahil okay na ako at kaya ko palang wala ka.

Kung dati-rati palagiang ako sayo'y naghahabol,
Kung dati-rati palagiang humihikbi at humahagulgol,
Pero ngayon mahal hindi ko na gagawin iyon dahil hindi naman ako isang sanggol.

Dahil mahal kaya ko na.
Kahit ang sakit-sakit pa.
Dahil mahal kaya ko na.
Kaya ko na na makita kang masaya na siya ang kasama.
Dahil mahal kaya ko pala.
Kaya ko pala kahit wala ka.

Online Class

"Oy! Pasabi naman hindi ako makapag-join."

"Ma'am/Sir mahina po 'yong boses niyo."

"Ma'am/Sir ubos na po 'yong pang data ko."

"Ma'am/Sir nagjo-join daw po si ano."

"Sir/Ma'am hindi pa po naka-record 'yong meet niyo."

"Bes, mag-seen ka m-in-ention ka ni Sir/Ma'am sa GC."

"May bagong activity nakita niyo na ba?"

"Oy! Tinatawag ka ni Sir/Ma'am ikaw 'yong sasagot sa recitation"

"Tara, g-meet tayong magkakagrupo para mag-practice sa Demo!"

"Alam niyo ba kung paano gagawin ito? Mahina kasi signal ko di ko naintindihan."

"Hoy mga bata tumahimik kayo nag-o-online class ako!"

"Bes, bilisan mo may oras lang 'yong pag-take ng exam/quiz natin."

Ang Buhay Ko Bilang Estudyante Ngayong Panahon Ng Pandemya

Sa pang-araw-araw na pagkaroroon ng klase
Magandang internet connection ang hiling parati.
Sana hindi na mag-lag 'yong telepono ko.
Sana maging maayos 'yong data connection ko.

Ito ang palagi ang dasal
Upang makasabay sa online na pag-aaral.
Ito ang palagi ang dasal
Upang ang grado ay di magkaproblema nang dahil lang sa data connection na ubod ng mahal.

Mga daliri ay sumasakit na.
Maging ang aking mga mata.
Maging ang iniisip na sumuko na lang ay naranasan ko
Dahil sa sobrang daming gawain, di na kinaya ng utak ko.

Hanggang kailan pa ba ito tatagal?
Hindi ko gusto ang ganitong klaseng pag-aaral.
Gusto ko pang palawakin ang kaalaman ko sa gabay ng mga prof/guro ko.
Ngunit pinuno ng iba't ibang ingay ang bawat espasyo ng kwarto.

Minsan hindi na namamalayan ang oras sa pag-gawa ng activity.
Okay lang ang mapuyat at makatulog ng umaga basta hindi makakuha ng tres.
Hindi naman ako 'yog bobong estudyante.

Hindi rin naman matalino katulad ng marami.

Aminado ako nasa average level lang ako.

Pero ang pagkukulang ay pinupunan sa pagiging masipag ko.

Pero ang hirap talaga

Kapag ang internet or data connection ay nag-lag na.

Kahit anong pilit mo na makasabay maiiwanan ka.

Kahit gusto mo makinig sa resitasyon mahihirapan ka.

Pero bilang isang mag-aaral ginagawan ko rin ng paraan ang problemang ito.

Pagbabasa ng hand-outs

At panunuod sa recorded video kapag bumalik na 'yong maayos na data connection ko.

Dahil kahit ganito,

Bawal sumuko.

Dahil kahit ganito,

Kakayanin ko.

Dahil may pangarap ako na tatapusin ko ang pag-aaral ko.

Padayon Guro

P-ngakong pagtuturo kanilang ginampanan,
A-ng lahat para sa mag-aaral ay pinaghahandaan,
D-elubyo man o pandemya baliwala iyan,
A-ng kanila lang tungkulin ay maisakatuparan,
Y-aong mag-aaral ay makakapagtapos,
O-ras na inyong ginugol sa puso namin ay tagos,
N-aging mahusay sa pagtuturo kahit ang boses may mapaos.

G-ampanin ay hindi iniiwanan,
U-pang ang estudyante ay magkaroon ng magandang kinabukasan,
R-amdam mo ang pagtuturo at pagmamahal nila, at sa-
O-ras na sila'y iyong kailangan laging nandiyan.

Ikaw, sila, kayo ang naging tulay patungo sa pangarap.
Nagmistulang tungkod sa isang pilay upang maging gabay sa hinaharap.
Nagsilbing mga mata upang makita ang tama at magandang kinabukasan.
Naging tainga upang marinig ang mga mali at maitama upang hindi maulit ito kinabukasan.

Kayo ay naging isang buong bukas na libro
na kapupulutan ng iba't ibang kaalaman.
Hindi lang pang-edukasyon, kundi baon pang kinabukasan.
Hindi niyo lang ako/kami tinuruan na mag-aral,
Bagkus kami rin ay nagkaroon ng mabuting asal.

Kayo ang hagdan patungo sa mataas na pangarap.

Ang lahat maaabot sa tulong niyo kahit kasing taas ng alapaap.

Hindi lang kayo nagmistulang guro sa lahat ng mag-aaral,

Dahil kayo ay naging kapatid, ama, ina, at kaibigan na nagbibigay din ng pangaral.

Ang mga PANGARAL ay aming babauinin

At sa aming pag-uwi PARANGAL ang bibit-bitin.

Tangan-tangan ang sertipiko at medalya.

Sisigaw ng salamat sa GURO ko dahil binusog nila ako sa kaalaman at karunungan ang naging sustansiya.

Kayo ay hindi sumusuko para kami'y matuto.

Kahit ang pandemya'y kinakaharap natin pare-pareho,

Damang-dama namin ang inyong presensya,

Baliwala ang nasabing pandemya.

Kaya't ngayong araw ng mga guro hayaan niyo ako/kami na kayo'y pasalamatan

Dahil sa inyo mayroon ako/kaming magandang kinabukasan.

Ang mga GURO na superhero.

Mga GURO na hindi ordinaryo.

Mahal naming mga GURO salamat sa inyo.

Walang Payak Na Pag-Ibig

Mahal na alala mo pa ba 'yong araw na niyakap mo ako?

Habang sinasambit ng iyong labi na ang pag-ibig mo sa akin ay payak.

Mula noong araw na iyon ay minahal na rin kita at parating magkasabay na ang ating mga yapak.

Pero bakit gano'n paglipas lang ng ilang buwan ang lahat ay biglang ng bago?

Dahil parati-rati ikaw ang gumagamot ng sugat ko, ngayon ikaw na ang dahilan ng pagkakaroon ko ng pasa sa katawan.

Kaya't pinipilit magkubli sa mga pasa na nakikita upang masabi na ang aking luha ay hindi makatotohanan.

Nag-aabang ng pagpatak ng ulan mula sa madilim na ulap

Upang masabayan ang mga tumutulong luha sa aking mga mata

At mga dugong pula mula sa sugat na tinamo ko sa 'yo.

Kaya please lang mahal tama na.

Nawala na 'yong dating ikaw kaya hindi na ako aasa pa na babalik ka.

Dahil sa dami ng pangakong iyong binitawan walang nagkatotoo kahit isa.

Mahal nasaan na 'yong dating ikaw na hindi paasa?

'Yong dating ikaw na sumasaya basta't tayong dalawa ay magkasama?

Pero bakit ngayon sumasaya ka nalang kapag tayong dalawa ay nasa kama

Kaya ngayon babalikan ko ang unang yakap.

At hindi na maniniwala na ang pag-ibig mo sa akin ay payak.

At kahit kailan hindi na magsasabay ang ating mga yapak.

Pagagalingin ang mga pasa sa katawan.

Maglalaro ng asap at hahantayin itong maging ulap.

Ang pagtulo ng dugong pula ay tama na.

Kaya't makikita mo na ang saya sa aking mga mata

At hindi na aasa pa na babalik ka dahil alam kong ikaw naman talaga ay paasa.

At kahit kailan hindi mo mararanasan na sa kama ako'y iyong makakasama.

Manunulat Rosel

Si Angel Rosel B. Dela Paz ay isang kabataang minimithing ipagpatuloy ang naudlot na pangarap.

Siya ay nakapagtapos ng kursong Automated Office Management.

Kasalukuyang rehistradong manunulat sa National Book Development Board taong 2021, at nakalimbag sa wattpad ng iba't ibang klaseng sulatin gamit ang kanyang panulat na ManunulatRosel.

Dalawang taon na rin ang kanyang pakikipagsapalaran sa literatura at nakatanggap na rin ng samo't saring mga karangalan; ganap na awtor rin siya sa Amazon, Fameink at pinakaaktibo sa Wattpad.

Kabilang din siya sa antolohiya na isinagawa ng Filipino Poets in Blossom na pinamagatang "Co Love Oration". Sumali na rin siya sa iba't ibang uri ng patimpalak na humasa sa kanyang kakayahan. Bukod dito, mahilig rin siya magdisenyo o gumawa ng sariling layout at isang ganap na Associate Layout/Graphic Artist ng Singkaw. Bilang karagdagdagan, siya ay kabilang na awtor sa mga sumusunod na publishing company: Grenierielly Publishing, Ukiyoto Publishing at Kindle Direct Publishing, at patuloy na tinatahak ang landas ng pagkatuto na ang dala ay inspirasyon sa bawat isa.

Buhay

Ang buhay ay kakaiba. Ang buhay ay mapaglaro. Ang buhay ay masaya. Ang buhay ay masalimuot. Iba't ibang anggulo ang mararanasan mo. Kakaibang mga pagsubok ang kakalabanin at haharapin. Ngunit sa paglipas ng panahon, ika'y lalago at patuloy na maglalakbay. Hindi sa lahat ng pagkakataon ika'y nasa mabuting kalagayan, madalas kailangan mong danasin ang pinakamatinding pasanin upang iyong pagkatao'y masubok din. Subalit sa 'ting buhay, ang pinakamahalaga roon ay 'yong pakikipagkapwa tao mong tunay at pananalig sa Poong Maykapal, kung paano mo binaybay ang buhay na puno ng misteryo. Sa kabila ng mga unos at pighati na 'yong natamo, mauunawaan mo rin at matutuhan mo rin na kailangan kilalanin munang lubos ang sarili bago ka tuluyan na umalis. Minsan ang buhay natin ay parang pagmamahal sa kanya, masyadong mahirap pero gagawin mo ang lahat para tuluyan mong iparamdam ang nararamdaman mo.

Ang buhay ay isang biyaya, biyaya na dapat pahalagahan at pagyamanin. Mahalaga na ika'y nakakatuklas ng mga bagay na sayong pagkatao ay nakakatulong. Kunin ang dapat at itapon ang mga maling bagay. Ang buhay ay minsan lang kaya dapat magsaya at gawin ang nararapat. Huwag sayangin ang pagpapala, problema'y labanan at ika'y laging manalig sa Ama at magpatuloy.

Sa lahat ng larangan, ika'y dapat tumindig at magpakumbaba. Hindi puro yaman at kasikatan ang iisipin kundi paglago. Lahat ay lilipas gaya ng pag-iibigan ninyo na ngayon ay nagparam na. Sa buhay dapat masinop at alerto at sa 'ting buhay dapat laging handa. Kung madapa bumangon, kung maging marangya dapat magpasalamat at gawin ang dapat. Sapagkat, sa 'ting araw-araw ay iba-iba at sa panibagong araw ika'y humanda at magpatuloy sa buhay. Laban lang! Magiging mabuti rin ang kalagayan ng lahat. Magiging matagumpay rin tayong lahat.

Ang Tatlong Maria

Ang pagkakaroon ng kaibigan—mga kaibigan ay isang kayamanan na kahit magparam ang lahat ay hindi matutumbasan ng kahit ano o sino. Tila ginto ang halaga kaya't mapalad ka kapag nakilala mo sila't nakasama.

Naranasan ko ito, pinahalagahan at iningatan ang aming relasyon sa isa't isa. Bumuo ng pangalan at mga alaala na batid kong masaya man o hindi, ang mahalaga sila ang aking kapiling.

Sa bawat araw at panahon na lumipas naging sandalan ang bawat isa. Nagdamayan at nagtulungan. Sa lahat ng pagkakataon dama ko ang kanilang presensiya.

Saksi sila sa lahat ng aking saya, drama, lungkot at pagkatalo sa buhay. Palaging nagtatama ngunit sana'y hanggang huli itong aming samahan.

Ngunit darating din sa punto na maglalaho o kaya'y magbabago ang lahat. Ipagkakait sayo ang totoo at ipaparamdam sayo na ika'y walang-wala.

Ang oras ay mahalaga. Subalit, kapag panahon na kusa itong mawawala. Ang dating masigla tila nalanta na.

"Nasaan na kayo?"

"Ano'ng nangyari?"

"Nasasabik na ako na makasama kayong muli."

Iilang mga salita na mananatili na lamang dahil batid kong nagbago at nagkalimutan na.

Distansiya

Panimula'y biglaan at hindi inasahan.
Katumbas din nito ang pagtayang walang kasiguraduhan.
Subalit hindi ang araw ang magdidikta sa ating kalagayan,
Kundi pawang mga desisyon at pusong nagmamahalan.
Handa na nga bang pumasok sa relasyon na taglay ang kalayuan?
At ang mga binitawan na salita ay kaya na rin bang panagutan?

Huminga muna ako nang malalim, nag-isip bago nagpasya.
Sumugal ako hindi dahil napagtantong ikaw nga ay aking sinisinta,
At upang muling salubungin ng matamis na oo ang iyong mga salita.
Pero sa patuloy kong pakikibaka, bakit ganito ang naging resulta?
Hindi pa tuluyan tumatagal, pero ang pag-usad ay mabagal.
Nakakapanghina ang iyong mga banta, dahilan para ako nga'y masakdal.

Hindi suliranin ang kalayuan, 'pagkat maaaring gawan ng aksyon.
Ngunit sa patuloy nating mga himig, tila iba na ang tunay mong layon.
Nagbago na rin ang bawat tugon, madalas ka nang hindi sumasang-ayon.
Ang dating masaya, sakit at kirot na ang hinahatid tila kapara nito'y pagkalusaw ko sa pugon.
Ikaw pa rin ba ang dati kong inirog? O ika'y sumabay na sa uso?
Bawat isinasagawa at ipinapakita mo ay hindi na tugma sa nakagawian ko sa 'yo.

Wala nang pagkakaiba sa aking nakaraan, puro sakit at pighati.

Nilalagay mo ako sa aking kulungan, nakakapanghina ay iyong mga bati.

Hindi ko na batid kung ikaw pa rin ba o baka naiipit na ako sa sitwasyon?

Dahil ang totoo, nasanay akong umayon kaya ako nag-uba na ako ngayon.

Kaya kong panindigan ang pangako ko sa 'yo, pero hindi ako manika na walang emosyon.

At kung sa distansyang pag-ibig ako ulit mabibigo at magbabago, kakalimutan kong nakapiling kita sa 'king mansyon.

Aayusin ko muna ang sarili ko,

At ipapakita kong malakas ako, hindi tulad noon

Na sinira't hinayaan mo.

Tagu-Taguan, Ako Ang Taya

Tagu-taguan, maliwanag ang buwan.
Ako ang taya, kahit na alam kong pareho tayong tumaya
pero bakit ako ang mas nasaktan?
Pagkabilang kong sampu, kakalimutan na kita.
At sana sa pagbilang ko, hindi na kita makilala pa.

Isa, una pa lang kinilala na kita.
Dalawa, hindi ako nagdalawang-isip na papasukin ka sa buhay ko.
Tatlo, bakit kailangan mo akong pahirapan ng ganito?
Apat, kahit ilang beses mo akong sinaktan, ikaw pa rin sinta.
Lima, halos limang buwan tayong nag-usap at nagkakilanlan,
Pero bakit ang bilis mong magbago?

Anim, kumusta na ba talaga tayo giliw?
Pito, araw-araw akong nalilito sa mga pambabaliw mo.
Walo, hindi na biro ang kirot, tumatagos hanggang sa rurok ng aking puso
Siyam, kaya pa bang maayos?
Sampu, ito na ang huli sige isa pang subok baka kaya pa.

Hindi na tayo bata pa para maglaro,
Dahil simula pa lang, nilinaw ko ang punto mo.
Pero habang tayo ay nagpapatuloy, nakalimutan mo iyong mga pangako.
Pinili mong maglaro kahit ang posibleng panalo ay ating pagkabigo.
Kaya heto, pinili ko na lamang maging taya.

Upang masanay akong wala ka at mag-isa.

Salamat sa pagpasok at sa panibagong pagsubok,

Alam kong hindi na ako ang taya, dahil mas pipiliin kong ayusin

At gawin ang mga sinabi mong nagsilbing alaala na lang sa huli.

Ronald Sapirao Fernandez

RONALD SAPIRAO FERNANDEZ was a writer fellow in the 8th Cordillera Creative Writing Workshop (2021) organized by the University of the Philippines – Baguio City and the 1st Benguet Indigenous Youth Arts Guild (BIYAG) Creative Writing Workshop established by the Office of the Benguet Governor.

He was a writer - observer in the 11 th Pasnaan Ilokano Writer's Workshop (2022) organized by the Gunglo dagiti Mannurat nga Ilokano iti Filipinas (GUMIL Filipinas) in cooperation with the Komisyon sa Wikang Filipino and the Bannawag Magazine.

He was nominated as the 2022 Boys Love Author of the Year by the Baguio Midland Courier.

An ibaloi – kankanaey – bago – ilokano, he lives in La Trinidad, Benguet, Cordillera Administrative Region.

His authored books include:

- To Geirone for Finding Me and Taking Me to a Home Named Belonging
- To Those Who Are Standing at the Edge Breathe
- Silhouettes of Dead Stars over the Cordillera Range

Xavier

My body was a new house.
Bright.
Belonging.

I was asked what part of Burnham Park,
Baguio City, was beautiful.

I answered, "the man-made lake."

I thought about the mighty trees around the lake.
These unwavering trees of various kinds that
had stood against the baffling threats of time.
Weather.
And the switching seasons.

I thought about the trees' robust branches.
Crowned with crisp leaves.
Swaying with the rhythmical blowing of the
gentle wind that was coming from the
extending skies above them.

I thought.
We were all trees and their branches
with their leaves.
We were dancing with the wind.
We were utilizing the world as our

dancing pavilion.
Curtained with time, weather, and seasons.

I thought about the lake's green water
perfumed with fetid odor coming from
the algae that were thriving in it.

I thought about the minute waves
that were rustling the stillness beneath
the surface of the water.
I thought about the inaudible whispers
from underneath these minute waves.
Escaping from the depths to uphold life
beyond the surface of the water.
As if there were oblivious words there,
in the lake, waiting to be perceived.

Maybe, the world needed to be
heard sometimes.
To be noticed sometimes.
To receive the attention she had been
seeking all along.

Then it hits me.

We were like this water,
trapped within walls.

Just like this lake, we were
carrying words within us.
Words that were yearning to
be found.

We needed to be heeded and
understood even if the world
would refuse to do so.

Then I was asked why I thought the
man-made lake was beautiful.

"Because it's lonely."

I stared into the eyes of the
person in front of me.
I looked into the dark pools of his
pupils searching for signs that he
had heard me correctly, that I had
not spoken something ambiguous
or underrated.
Sparks started to evolve underneath
his lenses.
Like stars were exploding deep in the
darkness of his flesh.
They were so beautiful, like fireworks
display disturbing the calmness

of a long eventide.
"The lake is lonely," I repeated,
"like my soul."

The person in front of me let
go of a muffled exhale.

My loneliness was not an effect
of solitude.
Rather, I had mustered myself to
think that this mummed isolation
was blissful.
The hushed moment of being wit
myself made me realize that my
body was an uninhabited place,
but my soul had found belonging in it.
And I got to realize how beautiful
my body was, in my loneliness.

The truth:
When people resisted seeing your beauty,
they would not care about you anymore.
When you were left alone, loneliness
would come to you, to tap your shoulder,
and whisper, "friend."

Many people hated the abhorring

sense of loneliness but my experience
with it was a blast.
I found strength.
I found firmness the way other people
feared to experience.

The person asked me another question.
"What do you hate about Baguio?"

What did I hate about Baguio?

"Its stormy days."

Why?

Because loneliness was
like the cold raindrops
that were falling from the
frigid firmament.
The factory of tears in the
dark space.
These raindrops were feeling
like ice against my aching pores.
Instead of being soothing, they
were painful.
I could not handle the sensation.

I could only remember:
When I was young, I thought
the raindrops would wash away
all the debris of my body's
imperfections.
Of my body's pain;
Would wash away this undeniable
desolation.

I was wrong.

Sometimes, the pain of excruciating
alienation would come with strong
winds and thunderbolts.

The storms of Baguio City made me
realize that I was an exile, unbeknownst
about the tours of life.

The storms of Baguio City had made me
know that I was a vagabond in the
wilderness of my own sorrow.

But, with loneliness, I had tamed
the mental agony that had owned
me for years.

I hated the season of rain.
But it was during these hard moments
that I was able to talk to my soul –
to make a note to myself:
Note to self.
You have had enough mental
battles within your head.
It is time to rest.
Respite from all the chaos you
have in your core.
Make the complicated simple,
like the smooth breeze that is streaming
upon your cheeks during a summer's day.

Note to self.

You have soared so high
which made you break your wings
Now, fall.
And may you know that your
falling has given you the most
beautiful flight.
Remember how you have touched
the clouds even if nobody has
witnessed that ecstatic moment.
Remember how you have reached
the stars and held them against your

*chest like you have discovered
a sacred secret of the universe.*

*People hurt you, right?
Because they do not
understand the battles you
are fighting every day.
Know this, self, it is okay to
make walls between you
and other people.
Leave them.
Be alone.*

*This is the only way you can
protect
yourself from all the judgments
and stigmas they are
generating to cause your
downfall.*

*Abandon them.
Step to the other side.*

*You have witnessed how
your loved ones and best
friends walked away from
your life because they*

*resisted understanding you
and the battles you were having.
Let them be.
Free yourself.
Redeem yourself.
They would come back.
They would come back.
When the time was ripe.*

Note to self.

*Painful experiences must
tell you that you can heal.*

Alone.

Note to self.

*Your being unable to separate your
flesh from negative experiences
will not mean you cannot breathe again.
Life is fleeting.*

*You must seize every moment.
Stand at the edge of a cliff.
Stare at the blue skies.
Feel the warm touch of the gale*

on your face.

Never look down.

Inhale the gleeful fragrance of living.

*Demand your eyes to beam a steady
look at the grandeur that the world
is upholding in front of you, the horizon
that is nestling bewildering
mysteries that are waiting for you.*

*Only you can discover the secrets
of the universe.*

*Go yea!
Feel the glee of loneliness.
It has broken you.
But it will make you stronger, too.
Now, you can be at peace
with the world, alone.*

*Your being unable to separate
your flesh from negative experiences
will not mean you will never wake up
from your salty tears; will not mean
you will never survive this hellish world.*

Know this, self.
You own the world.
The world does not own you.
Know that you are destined to be
at greater heights.

Be someone that always seeks even
if there is nothing to be sought.
Still, there is wisdom there.
Dive deep into the waters of the world
and be the person you ought to be.

Your being unable to separate your flesh
from negative experiences will not
mean that you can never smile again.

Laughter is there within you.
It simply waits to be freed from the
dungeons you have created within
your chest.

Note to self.

Prioritize yourself.
Prioritize your healing.
Prioritize your worth.

*Learn to love your
own self first.*

*Because you cannot
force somebody to love you.*

*This is an essential lesson
that you must learn.*

Yes!

*Oftentimes, the person you love
the most will give you the first
disappointments, the greatest pain
you will ever encounter in your life.*

*So, please, learn to love yourself
first and stop depending on others.*

*Your happiness and contentment
do not belong to them.*

It belongs to you.

Note to self.

*Remind yourself that you are
priceless, and you are worthy
before you give yourself to someone.*

*To someone who will inspire you every day.
To someone who will ruin you every day.
To someone who will love you every day.
To someone who will hurt you one day.*

*One day, you will wake up from this slumber
dream, and you will realize that some people
are not worthy of your unmeasurable love.*

Note to self.

It is okay to run.

*Let the potent wind
carry you away.*

*Let the potent wind carry
you to a place where you
can heal yourself.*

*Although other people are potential
for help, learn that you are your
greatest healer.*

So, run.

Be carried away!

Note to self.

You are strong alone.

You don't need somebody to hold you.
You don't need somebody to support you.

Because you have the sun in you.

This is how the universe sees you.

You will see it one day.

You.

Indeed, desolation is painful.

But it is through desolation that you will realize that your greatest company is yourself.

Soon, you will emerge better on the other side.

"Okay," said the person in front of me.

He was writing scribbles of words or phrases on the surface of the paper that was placed on top of his table made of glass and porcelain.

Words or phrases, I could not really ascertain which was which.

Maybe, some of the words that were being laid bare on the surface of the paper were mine.

The words within me were waiting to be heard.

Now, they were being heard.

Maybe some of the words there on the paper were his thoughts about me.

Funny how, by simply telling my story to someone,
someone could evolve a diagnosis about my mental agony.

His eyes were looking at me once more.

"Anything else," he asked.

I shook my head.

A heavy silence fell on us, the way a
torrential storm would veil a torn city
to cover every mundane imperfection.

I was hearing nothing but the steady
breathing of this person in front of me.

I could also hear the beating of my own heart.

Like my sense of hearing had turned acute.

I became sensitive to sound.

"Okay," he stood.

His full form was drawn on my lenses.
The scent of his perfume was populating
the recesses of my nose.
He smelled like a vast garden of lavender.

The world outside the four walls of the
clinic was calling me.

The sun was whispering the words of healing.
The wind was howling for the warped days
I had been.
The blue sky was singing the hymnals
of freedom.

The person said my last name.
"I would call you after a while.
I need you to take fresh air outside."

I stepped out of the clinic that was dedicated
to people with mental health problems.

The rays of the sun were wrapping their
invisible arms around my body.
I was getting flooded by warmth.

I started walking towards the new
version of myself.

Earlier in a boat, I was distracted by a
twinkle that was emanating from the
rustling surface of Burnham Lake.

The wind was kissing the surface of the water.

In a quiet moment, vast twinkles started

populating the vastness of the lake,
like stars were emerging from the abysmal
void of a silent night.

These twinkles were so beautiful yet mysterious
at the same time.

I looked down into the brackish water beside me.
My familiar reflection was staring back at me.

I stilled myself to observe the young man looking
back at me from inside the water.

I smiled.
This boy to whom my eyes were staring
was one of the bravest people I knew.
I looked deeper into his sunken eyes…
until… all of a sudden…
bewilderment was
impaled to my chest.

There were yelling prisoners inside
his eyes, and they seemed recognizable.

His right eye was beholding a
soul that was so caring and loving.

His left eye was detaining a soul that
was so furious - full of rage and a
bedeviling character.

But I had to admit, these two souls
were familiar.
They were both rooted in my childhood.
They both endured the same disappointments
and pains I had.
More, they both enjoyed the same
triumphs I encountered in my life.

Being [borderline] felt like there were
two souls controlling me.
The other took all the traumas I had
encountered from childhood until
the present time.
He was holding it with care through his arms:
these traumas and pains and disappointments
and crying and hurts and the feelings of
needing other people for protection and love.

He was holding them there upon his chest
and they were growing and metastasizing
forcing him to evolve into a monster.

Now, I was constantly at war with this

creature that I actually hated for
being what he was.

But my heart could not cease shattering
Into pieces every time I would feel
compassion for this monster.

My own.

This helpless monster was a
product of all the pain I fed it.

Being [borderline] felt like having
two souls in one body.
One who was so caring and kind
and loving.

The other was malicious
and cruel and so hateful.

But two souls could not live in a single flesh,
and I could never ever decide which soul was mine.

The wind was rustling my hair.
I was sensing the meandering
touch of the universe.
Perhaps, it was her way to say

that I had had enough of staring
at the young man inside the water.

I smiled at him.
At this boy.
And he smiled back.

Then, in one blink, I said goodbye.

The face in the water was fading…
So were the souls inside his eyes.

Metamorphosis

I wanted to be New.
To Morph.
To Become.

I was sitting by the seaside,
watching the darkening of the day.

The light was giving way for
darkness to arrive.

The wind was tepid.
Invisibly waiving in the space
that was beholding my existence.

The night was here.
The night was here. Again.

Yes!
Come evening stars!

My yes was so big it could
devour all the uncertainties
of this world.

I noted that this was the first
time that I was welcoming

the birth of the night with a
bright "yes" in my heart.

I hated the night,
with all honesty.

Because the night would always
remind me of all the
sufferings I experienced.

When I knew the night was near to come,
I would always climb a mountain to
shout 'no', 'no', and 'no' with full hope
that the night would not blanket the land.

This incalculable moment by the sea,
when I said 'yes', I felt power arising
through my veins and that was the
sweetest sensation I ever experienced
in my little time of existence.

The tide was touching the warm
sand of the shore.
Pinning the invisible on the
walls of the earth.

Moments later, I began realizing

that something was happening
to my body.

My skin was melting.

I was shedding until I could
clearly see the blood flowing
through my veins.

I was not surprised.

I was welcoming it to happen.

Why?

Because:

Sometimes.

People need to shed.

This human experience was not
a symbol of weakness
but a symbol of a new beginning and
putting the past in the past.

When we shed –

We pull our fears off the
skin of our rejuvenating bodies.

When we shed —

We ablate all the memories that
brought nothing
but pain and guilt.

When we shed —

We wipe away all the tears
that were left hiding beneath
the surface
of our eyes.

When we shed —

We tell the words left unspoken.

When we shed —

We let go of the bruises that were
glowing on the surface of our skin.

When we shed —

We breathe out the hate
that had poisoned our souls.
When we shed –

When we let it happen,
we embrace
forgiveness.

When we shed –

We start to love ourselves.
Again.

Selflove.

This was the first love that
we had forgotten –

But was the end of our
destination.

We would always
go back to our
bodies.

Ourselves.

I made a step towards the sea.

The water began washing away the debris of molted skin from me, pulling them away from my reshaping body.

I smiled.

"Yes," I said once again.
"May the universe cleanse me."

The wind started howling.

The sea was a place for becoming.

In this sedated sea.
At this tranquil evening.

It was me.
And.
The stars.

Again.

Mac Arcenal

MAC ARCENAL has been writing poems and prose since the year twenty-thirteen and he's won a few writing contests in recent years. He is currently in his last year in college and working as a freelancer. He suffers from cat addiction and is a hermit crab who most of the time prefers solitude and would rather hibernate than go out and socialize with people.

Lucifer, The Spine Of The Mortals

The cigarettes have been burning for decades; the filters are gone, yet the fire never ceased as it continued to burn the ashes and smokes from the flesh of daunting misery, sculpting potteries of broken visions and scattering them piece by piece, turning every hope into smog that penetrates and suffocates the system of peace.

Holy is the divine perpetrator; restless is the untethered soul. The debris from the catastrophe remained astray, cultivating into the wounds of the soul. Deteriorating, decaying; the raucous laughter of Baphomet enlivens the torment, stitching the morbid muscles in slavery and guilt. The curse had been broken. Summoned we became.

We are the body coming between rays of light and a surface, so we crawl. We spit blood and poison. Regrets we never fear. Sins we devour. Crawling, we venerate the devil. Dying, we worship him and sing the hymns of death for the devil lives within us—for the devil exists in the shape of us, for the devil is our shadow and we are the attestation of his kingdom.

Shadows Of Persecution

My soul is dead, so is my pen. How do I sharpen my arsenal when the roots are caged in a den? Do I escape? Do I settle and cope with darkness and bleed pitch-black demons nobody will see? Do I swim or do I sink?

Tell me, how do I pretend that deep down this abyss lies a sewer with broken needles trying to stitch the beautiful sunset of yesterday?

Can I still swim in the streets of luminosity when the fire burned the waters, metal ruined rust, and oxygen is more poisonous than helium. Do you see the irony, the good turns into bad, and the bad turns to be the saint?

I am that, the villain... the baddie in every cyclops' universe, and all that I want is to ravage the new unknown they created in my realm to escape, to feel who I am once again because, in this plain, I have become someone I despised to be—I became just like them.

Color Blindness

strolling on pavements of water
syncing deep below the ocean abyss
synthetic anchor poisons slumber
like acids burning peace

the sunshine slathers across my retina
surging the sense wavelength of light
disturbing the balance of saturation
complete achromatopsia conquering my vision

down the chasms, I have seen the apparition of threat
it lingered through my ribs like death
sucking the lungs and tasting the devil's breath
until diamonds of sin had set

a photocopy of my corpse lies through the grave
lying in darkness and peace it craves
it screamed for hate
ravaging the tremors of faith

the vividness of transgressions cloaked
that even I had removed the muslin
society had witnessed the broken limbs—
the massacre of my psyche

who am I?
I sure could see my own reflection in the mirror—
a black-and-white portrait of a dreamer
thus it resembles a perpetrator

I am no longer the same victor
at least for the eyes of the people
and like the perception of the color blind
they see me but only in hues of gloom

Blood Ransom

It's too evident, the dark shadows around her head. It's the significant other she can never divorce who screams vengeance and cries for death.

It's the ashes of turbulence used to paint sorrow; the vultures, the vermin, the craws nipping the flesh off her bones until there's nothing left to feast.

It hangs above her head like a ten-gallon hat, blinding her vision, redirecting her tracks and assisting her back to the river of fire, floating her through the ends of the forbidden, cursed forest of Eirene, a noble from Horae.

The voyage was abandoned in conquering the lands stolen from her not halfway through hell. The captain wouldn't speak her lies, her truth, her demons.

She refused to be known. The Kingdom Eirene wasn't ready for an incendiary either, a rabble-rouser. They demand her to be captured, to be enslaved by force and power.

She's had enough, the only way to break through is ending the chains of tyranny—or serving her last breath and there's nothing much left to escape, but to present her death by clothing her skin with her own blood.

Thorns In Between Joints

It would be nice if I never knew light, I would prefer being in the dark, in pain, so in that way I could create a meaningful existence, a bridge I could swim and cross between luminosity and mayhem, to be able to distinguish what cures and what doesn't. In lament I see meaning, I see a purpose, I seek to be known, to be better. I deem to be living, regardless of how dreadful the battle may seem, darkness is what I live for.

When in hush, serenity splashes at the shore of my soul, deprivation of power to feel sensation is what I receive. It gives emptiness; pain and the demons from within defined who I am, destruction guarded the lost soul throughout the unknown, fed the starved, clothed the naked. Wary is comfort; turbulence is peace.

In this new dimension, where light is stagnant and inert, free and accessible at any cost, it poisons the nerves, destroying the walls I have built. I get lost more often than I was in the dark, because in the absence of light, I know who I am. I'm trained to be suffering, I'm booted to be an annihilation, so when there's chaos, I know what exactly I would do.

Unlike when iridescent illumination conquers, the rush of this foreign adrenaline, blocks out my vision where, comically, darkness too exists.

Injurious Abode

And the days she feared the most came; the inks and the sweet aroma of freshly baked cinnamon rolls came to an end—the atrocious and fetid smell of the decaying corps lingered. It was planted through pavements of hopes and dreams. Taking a bite of the bread burns the throat as you swallow the fluff of the rotting roots, yet it was you melting into the mouths of the hellish monstrosity of those in dispute—a disagreement with the forefathers of tranquility and transgressions where it forces the pot to grow plants alike those of them, a complete replica of sublime chaos.

The caramelized sugar had lit the acid that coagulates the river, turning it into glaciers where it guides through the core of the forest—the realm of the unwanted, the dungeons of the unknown, the kingdom of those despised. There, the child within, protected as it should be, away from the deprecatory eyes of the demons, lies in harmony and peace. Dancing along the horrors and terror she mastered; singing along the harmonies of the demise that's painted across her spine built castles of metal walls while her stomach knotted in ribbons of trepidation.

The umbilical cord connected from her flesh feeds her with the bitter toasted pastries, manipulating her veins with poison and transforming the gods into demons. It was overwhelming, her tissues remained attached in her flesh yet the cells were rampaging to be released and be further coated in sins. The metamorphosis ended. The demons within her are well fed and it has to come out, it needs to be released. Her body then starts deteriorating, decaying as the hangman knot, the umbilical cord, tightens around the neck closing the portal of escape.

She was left drowning, losing the fight as she threw the towel and solemnly listened to the lullabies of Keres, singing the jazz of the days of eldritch demeanors. Nights of plowing the prairies, she was laid in crimson faith and forced to walk towards the cataract, demolishing the prepossessing wilderness of eternal verity, and turning truth into a depiction of filth along the fatal chains, striking pure the battered skeletons as she scream along the howls of the wolves, yet tongues cut in half, letting the voiceless be further kept unheard.

Chique Torrepalma

Si Chique Torrepalma ay nagsimulang magsulat ng tula noong nasa ikatlong taon palang siya sa mataas na paaralan sa kanilang probinsya. Nakahiligan niyang gawin ito nang sinimulan niyang mangarap na gumawa ng mga liriko ng kanta. Hindi man naging ganap na kanta ang kahit na isa sa kanyang mga naisulat na tula, ipinagpatuloy pa rin niya ito bilang isang libangan at paraan para mailabas o mailathala ang kahit na anong kanyang nararamdaman.

Noong nasa kolehiyo siya ay sinubukan niyang sumali sa buwanang isyo ng magasin sa kanilang kampus. Dito napansin ang isa sa mga tulang naisulat niya. Taon 2014 nang sinubukan niya muling sumali sa tawag ng pagsusumite ng mga tula para sa kanyang idolong rapper na si Gloc-9, at masuwerte na nakasama ang ginawa niyang tula sa nabuong liriko ng kanta.

At ngayon, sa kasalukuyan, taon ng 2022, bumabalik siya sa pagsusulat na kanyang inilathala sa Facebook Page na Mga Liham sa Dapithapon. Patuloy din siyang nangangarap na makabuo ng isang libro, tula man o nobela ito.

Sayang

Isang salitang iniiwasan ng lahat. 'Yong pagkakataon na mapapasakamay mo na sana — pero bigla nalang mawawala.

Nakakapanghina, sa sarili ay nakakaubos ng tiwala. 'Yong sa tagal-tagal n'yong magkasama — mula sa paggawa ng takdang aralin, maging sa proyekto ay sinisigurong siya ang kasama. Magkasabay na papasok sa eskwelahan, hanggang sa pag-uwi ay naghihinmawawala.

At ang inaakala mong bawat ngiti niya at tawa ay siyang basihan na pasado ka na.

Hindi pala.

Nagkakamali ka.

Mapapaisip ka nalang — ano ba ang kulang?

Bakit hindi niya makita?

Bakit ang nag-iisang panalangin ay hindi mo maramdaman sa kanya?

Bakit parang ikaw lang?

Sayang — nanghihinayang ka sa mga oras. Sa mga araw na magkasama nga kayong dalawa, pero bulong ng hangin ay hindi ikaw ang nasa isipan niya.

Dumating ang panahon — na parang napapagod ka na. Na parang nagsasawa ka na. Sa kung anuman ang mayro'n kayong dalawa ay kulang pa.

Hanggang ang mga salitang nakatago ay pinalaya mo na.

Walang takot o kahit na anong kabà — na inamin mo ang totoong nararamdman mo sa kanya.

Na hindi lang hanggang kaibigan ang sigaw ng puso mo kundi mas higit pa.

"Mahal Kita"

Ang pag-amin ng puso na sabik kumawala.

Umaasa, tila ang paligid mo ay 'sing tahimik ng gabing lahat ay tulog na. Walang ibang naririnig, maging ang tibok ng puso niya.

Luha ang iyong nakita.

Lungkot ang pumalit sa kumikinang niyang mga mata. Hindi tanggap ang mga narinig na salita. Luhang naghatid ng totoong kasagutan ng tunay na nararamdaman sa isang kaibigan.

Sayang.

Social Media

Paano ba magiging payapa ang paligid
Bago ihayag ang saloobin, lahat nakamasid
Maraming pupuna kung hindi aayon sa kanilang hilig
Dapat ganito, kay ano ka dapat papanig
"Feeling Blessed?" Marami sa 'yo ang maiinggit
Kahit hindi totoo, ipagkakalat nila ng pilit
Sisiraan ka sa mundo, social media ang gamit
Guguluhin ang buhay mo at hindi ka matatahimik
Hindi p'wedeng buhay mo ay umangat
Bumagsak ka lang, gagawin nila ang lahat
Di ka p'wedeng magkaroon kung ano ang wala sila
Mga nakaraan mo isisiwalat nila sa social
Media
Hihilahin ka pabalik sa iyong kinatatayuan
Kapag ang buhay mo umuusad, ika'y pagchi-chismisan
Walang matutuwa sa 'yo kung iyong iiwasan
Hangad lang nila sa lahat ng sasabihin ika'y masaktan
Kung ika'y pipili, mamuhay ka ng simple
Sa dami ng friend request, kunti lang ang 'yong kakampi
Karamihan sa kanila inaabangan kang magkamali
Guwardya ng social media mula araw hanggang gabi
Social media world mas magulo pa sa mundo
Sa halip na kape pagkagising, paiinitin
Ang 'yong ulo
Tuluyang masisira ang araw kung ika'y magpapaapekto

Dahil karamihan sa nagko-comment, di marunong rumespeto

Tuyong Dahon

Nagpunla ng matatamis na salita sa pusong payapa
Nagsilbing bitamina sa ugat ang mga binitawang letra
Sa mga oras ng pagsusumikap pinatibay ang paniniwala
Na kalaunan ay naging ganap na pagmamahal ang naging bunga

Sa paulit-ulit na paglubog at paglitaw ng araw
Kumpyansa sa ugnayan ay di napigilang umapaw
Ang tungkulin na umibig ay dagliang naagaw
Nalimutan ang daanan at sa pag-uwi ng puso'y naligaw

Ang pag-ibig at pakikitungo ay tumigil sa paglago
Di kinagiliwan ang pangyayari nang mapagtanto
Umulan ng luha at bumaha ng pagsuyo
Nalunod sa pagsisisi dahil binawi ang tibok ng puso

Nagdulot ng sugat ang paglambing at naging masakit
Ang puso na mapagmahal ay niyakap ang galit
Tinangay ng hangin ang pag-ibig na nasungkit
Tulad ng tuyong dahon na napagod sa pagkapit

Luna

Miss Luna is a 19 years old college student taking Bachelor of Science in Accountancy. She's fond of animals, which recently adopted 3 cats and named them after her exes. Kate Morton inspires her as writer.

Dispute

The way your mouth moves
Doesn't match the words you speak

The way your pupil dilates
Doesn't match your gaze

The way your body budges
Doesn't match your action

The way you kiss
Doesn't match the feeling you have

Do you think I'm blind?
Oh dear I know, I knew

I'm in love with your flowery lies…

Alas Dos

Alas dos na ng umaga
Subalit nakadilat pa rin ang aking mga mata.
Nakakabingi ang katahimikan.
Tanging pintig lamang ng aking dibdib
At pagbuntonghinga ang naririnig.

Kung gaano katahimik ang kapaligiran
Ay salungat naman ang laman ng aking isipan.
Maraming tanong ang naghahanap ng kasagutan.
Bakit kaya ganito ang aking naging kapalaran?
May nagawa ba akong mali para pagkaitan ng kasiyahan?

Nakakalito.
Hindi ko na maintindihan.

Paglisan

Araw ng martes
Nakatakdang petsa ng 'yong pag-alis
Bitbit ang maliit na maleta
Tinatahak ang daan palabas sa ating iskenita
Bawat hakbang mo'y magkatugma
Sa pagpatak ng aking luha
Ang tanging pinanghahawakan ko na lamang ay iyong panata
Na ika'y babalik at tayo'y muling magsasama

Remember Me

Remember me when I'm gone
Gone far away in an unknown land
When you can no longer feel my warmth

Remember me when no more another day
Whisper the future you planned for you and me
But it'll be too late to beg for me to stay

I Miss You

As the moon rises
And show up its light
Know that I longed for you every single night

You're like a star from a thousand mile
So far, unreachable
Impossible to hold you closer

Grace

I fell in love with you naturally
Your lips are so red and soft
Kissing you won't get out of my thought
Your beauty is so bright and warm
I want to wrap you around in my arms
Your eyes twinkle as the star in the night
Wish I could hold you so tight
I can't stop thinking about you
My feelings for you are so pure, so true

Huling Akda Na Ikaw Ang Paksa

Ito na ang huling patak ng tinta na ikaw ang paksa
Sapagkat sa pagkakataong ito tatapusin ko na ang ating kabanata
Isasara na rin ang librong ating ginawa

Hindi ko na rin hinahangad na ika'y babalik pa
May mga mumunting kirot pero tanggap ko na
Masaya na ako kung saan ka masaya

Sibat

Bakit hindi kami hanggang dulo?
Siguro nga'y naubosan na nang sibat si Kupido
Na dapat ay dalawa, isa lang ang napana nito

Bakit parang pinagkaitan ako ng mundo?
Kung kailan handa ko na siyang ipanalo
Ay siya namang kanyang pagsuko

Hindi Ako Makata

Hindi ako makata,
Sapagkat hindi kita kayang ilarawan gamit ang libo-libong salita
At hindi mabilang na malalalim na metapora
Hindi ako makata,
Ngunit hayaan mo akong isulat ka bilang paksa ng aking tula
Hindi ako makata,
Datapwat paunlakan mo akong magbigkas ng prosang aking ginawa
Hindi ako makata,
Pero patuloy akong magsusulat kahit pa hindi magkatugma

P.A.A.L.A.M

Paalam, salitang pilit nating iniiwasan
Tinatanggihan ng puso't isipan
Salitang nag-iiwan ng bakas at dalamhati
Pero madalas luha, sakit at pighati

Paalam, binubuo ng anim na letra
Ngunit nag-iiwan ng malalim na sugat at tiyak na magmamarka
Minsan parehong gusto ng bawat isa
Madalas gusto n'ya ngunit ayaw ko pa

Paalam, madaling bigkasin
Sa puso't isipan mahirap tanggapin
Tila nakagapos sa kadena, masakit kung pipilitin
Mas masakit kapag sa iba na nakatuon ang pansin

Paalam sapagkat ang ating nakaraan sayo'y hindi na mahalaga
Paalam aking irog ako'y lilisan na
Paalam mangyari'y sa panaginip ako'y nagising
Na ang ikaw at ako ay natapos na rin

Mech_Evonnie

MECH_EVONNIE is a novelist, scriptwriter, and a poet.

Your Smile

In my dream I saw your smile
The bright smile melt my heart
Even at times like that, I smile
You're the person who stole my heart.

I haven't fallen in love before
I can't even hide it anymore
I don't want nobody but you
Because the only love is you

Like a photo, let's always smile
We stay at longest but a little while
Every time you smile at me
I'll keep smiling back at you.

I don't want to end our story
So I can see you smiling
I have felt love for you before
And it will be more and more.

Ang Pag-Ibig Sa Tag-Araw

Ang pag-ibig sa unang tag-araw
Damdaming tila umaapaw
Ikaw ang dahilan ng aking pagngiti
Na nagbibigay liwanag sa aking mga labi

Pag-ibig na hindi lang tuwing tag-araw
Pag-ibig ko sayo'y araw-araw
Parang apoy na lubhang pumapaso
Nadarama ko sayo'y buong-buo

Paghanga

Noong nakita kita
Nagkaroon ang puso ko ng saya
Hindi maipahayag ang nadarama
Sa aking mata ika'y kakaiba

Palihim kong tinitingnan ang iyong larawan
Dibdib ko'y kinakabahan
Ngunit ako'y nag-aalinlangan
Baka ika'y sa akin walang nararamdaman

Pagkamangha ko sayo'y labis
Tibok ng puso ko'y bumibilis
Sa iyong matatamis na ngiti
Puso ko'y kinikiliti

Kahit ika'y walang pag-tingin sa akin
Akin itong tatanggapin Aking nadarama sa iyo

Mananatiling buo

Abiegail Hano

Abiegail G. Hano is a professional teacher, singer, poet, and a writer/author. Having a dedication in teaching and passion in singing, Abiegail also loves reading and writing poems. She believes that writing is the way of how she can express her feelings and experiences in life. With the past years until now she always spend time to write and join in different Writing Contest of poetries in facebook pages. She participated in the contest of Letra Republic 3 times and she always got in the top 10 among the thousands of participants. Other pages that she participated as follows; Philosoph'ink, Talapaitan, Mga Tala at Tula etc. In the page Mga Tala at Tula, she became a Group Ambassador this year 2022. Abiegail will write more poetry, and to continue inspiring all the people that can read all her works.

Pabago-Bago

Sa mundong pabago-bago
Masasabi kong pag-ibig mo'y nagbabago
Tila ba'y sinasadya ni Kupido
Ang pighati na nararamdaman ko

Siguro tama sila
Sa una lang masaya
Sa una lang matatamasa
Ang tamis ng pag-iibigan nating dalawa

Ni hindi ko mawari, ni hindi ko mapagtanto
Kung ano ang puno't dulo nito
Dahil simula't sapol,
Minahal mo naman ako ng di pasahol

Oo, nangako ka ng walang pag-aalinlangan
Sa harap ko mismo at sa aki'y pinaramdam
Na natatangi ako para sa 'yo
Na nag-iisa ako sa puso mo
Agad ko rin namang pinaniniwalaan ito

Naniwala akong pag-ibig mo sa akin ay wagas
Naniwala ako na ito na ang tamang landas
Na sa aki'y nag-udyok,
Na mamahalin kita hanggang sa pinakatuktok

Pero nagkamali ako
Dahil ako'y iniwan mo
Bakit kailangan pang mangako?
Kung lilisanin mo lang din naman ako?

Ang daming pangakong binibigkas
Ang daming salita na sobrang wagas
Ngunit ni isa'y di ito natupad
Dumating na lang ang hangin at agad itong nilipad

Nilipad sa kalawakang ang pangako ay napako
Ang nagmahal ay natalo
At ang umibig ng husto,
Ay siya pa ang naiwan at naloko.

Respeto Para sa LGBT

Bakla, Tomboy at iba pa
Sa LGBT ay kabilang sila
Iba'y nagsasabing salot sila
Ngunit sana'y huwag muna manghusga

Sila'y hindi salot sa lipunan,
Sapagka't sila'y tao rin naman
Kapwa babae o lalake man ang napupusuan
Ngunit respeto'y dapat kanila ring makamtan

Iba'y niyuyurakan kanilang katauhan,
At di tanggap dahil sa kanilang kasarian
Nawa'y mamulat na sa katotohanan,
Alisin sa isipan ang siraan sila sa mamamayan

Makabago na ang henerasyon
Lahat nama'y mulat na sa sitwasyon,
Patungkol sa LGBT na laganap ngayon
Kaya't respetuhin kanilang desisyon

LGBT ay bigyan ng karapatan
Tuluyang maging malaya sa mundong ginagalawan
Tanggalin na ang hidwaan sa kasarian
Sila'y mahalin, tanggapin, at respetuhin ang katauhan.

Magulang Ang Kayamanan

Simula ng ika'y ipagdalang tao at isilang
Magulang mo'y galak na galak
Labis na nagpapasalamat,
Sapagkat ika'y biyaya ng Maykapal

Mula pagkabata hanggang sa ngayon
Pagmamahal nila'y walang kapantay
Dahil sa kanila mo lang makakamtan,
'Yong tunay na pagmamahal mong inaasam

Bali-baliktarin man ang mundo
Umulan man ng mga diyamante at ginto
Huwag ipagpalit ang magulang mo,
Dahil sila ang tunay na kayamanan sa buhay mo

Diyamante at ginto man sa iba ang kayamanan
Marahil sa pagningning nito'y lubos na nasisilaw
Wala pa ring tatalo sa mga magulang,
Sapagkat sila ang patunay na kayamanan noon pa man

Anong silbi ng mga nakasisilaw na kayamanan
Kung magulang mo'y wala na rin naman
Ito lamang ay mga gamit at instrumentong bagay
Kaya mga magulang ay pahalagahan habang sa mundo'y nabubuhay

Magulang ang ating kayamanan
Sila'y hindi matutumbasan ng kung anuman
Pagmamahal ay di kumukupas,
Kahit sumakabilang buhay man.

Ikaw Ang Paksa Sa Bawat Talata

Sa aking pagbukas ng bagong pahina
Sa akda at bagong simula nito'y ikaw ang paksa,
Bagong kabanata na ika'y tutukuyin sa bawat talata
Nawa'y puso mo'y aking mapasaya

Ika'y hindi hinanap at di hiniling
Sa buhay ko'y di inakalang darating
Ibinigay ng Panginoon upang makapiling
Pangako hanggang dulo ay palaging pipiliin

Ang sarap makuntento sa 'yo
Ito'y walang halong biro
Simula ng tayo'y ipinagtagpo,
Ika'y naging tahanan at pahinga sa nakakapagod kong mundo

Ikaw ay nagsilbing biyaya sa 'kin,
Pati sa mga magulang ko'y biyaya ka rin
Kaya ikaw ay katangi-tanging mahalin,
Ako ay mananatili at ika'y pipiliin

Pagmamahal mo saki'y wagas
Respeto mo'y abot langit ang taas
Yakap at halik sa noo'y nakakagalak,
Tanda ng pagmamahal mong walang katumbas

Ika'y tinatangi hanggang ngayon
Hanggang sa mga susunod pang taon,
Di man natin alam ang plano ng Panginoon
Patuloy na pasayahin bawat paglipas ng panahon

Ako' y sa 'yo ay lubos na pinagpala
Sana ikaw ang lalaking sa altar ay makakasama
Aking salita'y minsan lang mababasa
Ngunit ito'y hambuhay na mamarka.

Tunay Na Kaibigan

Sila'y naging sandalan
Sa saya't lungkot na pinagdaanan
Sa mga panahong nangangailangan,
Di nag atubiling tumulong ng walang pag-aalinlangan

Kasama sa kadramahan at kabaliwan
Di maitatangging may pag-aawayan
Huwag hayaang masira ang pinagsamahan
Mga di pagkakaunawaa'y huwag paabutin ng kinaumagahan

Bilyon ang mga tao sa mundo,
Kayhirap humagilap ng kaibigang totoo
'Yong susuportahan ka hanggang dulo
At tutulungan kang umunlad sa buhay mo

Darating ang panahong may lilisan
Marahil sa kanya-kanyang tatahaking landas
Lumipas man ang araw, buwan at taon
Sana'y pinagsamahan ay manatili sa isipan at puso

Labis ang papuri ko sa Panginoon
Sa mga kaibigan kong tunay ang intensyon
Kunti man ngunit nagsisilbing totoo
Kaya itong tula ay alay ko sa inyo.

Abegail B. Gregorio

Si Abegail B. Gregorio ay nasa unang taon sa kolehiyo na may kursong Bachelor of Science and Information Technology sa ISU-Roxas. Siya ay may kasabihang "Hindi mo makikita ang tunay na kahulugan ng isang bagay kung hindi mo pagbubuksan ng iyong pintuan." Taong 2020 nang biglang dumating ang 'coronavirus', doon niya nadiskubreng kayang-kaya rin niyang gumawa ng mga tula, Maikling Kuwento dahil sa paghatak sa kaniya ng kaibigan na si Angel Sapitula sa tinatawag na "WriCon World". Sumali siya nang sumali rito hanggang sa nahasa ang kanyang pluma. Dito siya nag-umpisang maglabas ng opinyon, ilabas ang sakit dahil sa wasak na puso niya. Simula nang natagpuan niya ang panulat ay hindi na ito umiyak gamit ang luha at panyong pamunas sapagkat ang tinta at pluma na ang kaniyang naging sandalan. Habang ang iba'y nalululong sa alak at sa iba't ibang bisyo, siya naman ay nalululong sa paghahasa at pagpapatalim ng kaniyang pluma't tinta. Ngayon ay nakatira siya sa Sandiat West, San Manuel, Isabela.

Unwind

Te amo, tara na't tumakbo. Hindi ko hihilinging habambuhay tayong iiwas sa mundong puno ng mapanghusga kung hindi kahit ngayong araw lamang. Alam kong hindi na ako. Alam kong siya na ang sinisinta mo pero maaari ba, kahit ngayong araw lamang? Kailangan ko lamang makalanghap ng sariwang hangin, gusto ko lamang maramdaman muli na may nagmamahal sa akin, gusto ko lamang makakuha ng lakas dahil sa nakapapagod na mundo, lakas upang harapin ang mga parating pa lamang na sakuna— kasama ka.

Siguro'y matatawag na itong kahangalan. Matatawag na siguro akong makasarili pero maaari mo ba akong pagbigyan? Libre ko ang lahat ng gusto mo ngayong araw. Kapalit ay ang pagsalo sa mga hinaing ko sa buhay, ipagmamaneho mo ako ng bisikleta't bangka. Hayaan mo akong isandal muna sa balikat mo ang aking ulo upang makahinga.

Samahan mo lang akong tumakbo, maligo sa ulan, sumigaw nang sumigaw hanggang sa mawalan ng boses, mahiga sa damuhan habang tinatanaw ang mga bituin sa kalangitan. Samahan mo na rin akong pakinggang muli ang mga liriko na nagpalapit sa ating dalawa.

Samahan mo lamang akong pakinggan ang huni ng mga ibon, at ika'y ipagtitimpla ng kape kagaya ng gawain ko sa tuwing ikaw ay aalis noon upang magtrabaho.

Hintayin natin ang pagsikat ng araw bago tayo tuluyang magpaalam sa isa't isa.

Isang araw lang, hahayaan na kitang lumayo kasama ang tunay mong minamahal at mga anak. Hanggang sa muling pagkikita, Te amo.

Gusto kita, ngunit hindi na hahayaang masaktan at makasakit pa."

Mali ang magmahal kapag hindi ka pa natatapos sa iyong nakaraan. Bakit? Masasaktan ka lamang at lalong lalalim ang kawalang tiwala mo sa ibang tao. O hindi naman kaya'y may masasaktan ka.

Gusto kita ngunit hindi maaari. Gusto ngunit alam ko at ramdam kong narito pa rin siya. Narito pa rin 'yong taong naging dahilan kung bakit kita nakilala. Narito pa rin 'yong taong nakilala ko sa maling pagkakataon. Hindi maling magkagusto, ngunit ang mali ay maibaling sa iyo ang atensiyon na nawala sa akin buhat ng kanyang pagkawala.

Ang pagtanggap sa tunay nararamdaman ay ang paglaya sa sitwasyong hindi maaaring mangyari. Marahil ay natagpuan mo ang isang tulad kong hindi pa buo. Natagpuan mo ang isang kaibigang madali lamang mahulog sa mga ipinapakita ng isang tao. Mula sa pagiging maalalahanin at pagiging mabuti mo sa sitwasyong ramdam mong nadudurog ako.

Patawad ngunit nais kong buuin ang sarili ko ng ako lang. Gusto kong buuin ang isang ako at hindi ibang tao ang bubuo nito. Salamat, kaibigan.

"Ang payat mo. Wala ka na nga lang trinatrabaho, hindi mo pa maalagaan ng maayos ang sarili mo. Talo mo pa 'yong may anak."

Iyan lang naman ang madalas kong marinig sa mga taong nakapaligid sa akin. Paulit-ulit, araw-araw, minu-minutong iyan ang bukambibig. Nakaririndi na rin.

Tama nga naman. Bakit kasi hindi man lang ako tumaba? Bakit kasi hindi man lang ako patabain ng stress, ng problema, ng anxiety? Bakit kasi hindi ko kayang tulungan 'yong sarili kong mahalin at pahalagahan ang sarili ko?

Tama lang naman na pagalitan o pagsabihan niyo ako. Pero 'yong paulit-ulit? Lalo kong iindahin at dadalhin 'yong sama ng loob para sa sarili ko. Lalo akong mawawala sa direskyon. Lalo kong pipilitin ang sarili kong paniwalain na ayos lang ako, na okay lang ako.

Hindi ko kayo sinisisi. Pero nakikiusap akong sarilihin na lamang ang bawat salitang nais niyong sabihin sa akin, sa sitwasyon ko, ng katawan ko. Dahil sabi nga nila, sa tuwing natri-trigger ang isang tao sa isang bagay, mas lalo lamang itong hindi magtatagumpay.

Hindi kailangang pilitin. Hindi kailangang ipilit. Hayaan niyong paunti-unti itong maayos at umayos. Hindi makatutulong sa isang tao ang lalong pagpapababa ng kumpiyansa sa sarili.

Kampay Ng Pag-Ibig

Ilang beses na tayong sinubok ng panahon ngunit ito na yata ang pinakamalala kaya't hindi na nakayanang lumaban pa.

Walang kasing ganda ang bubungad sa aking mga mata tuwing umaga. Walang kasing bango yaong aroma na iyong tinitimpla bago pa sumikat ang araw.

Tanda ko pa kung paano ngumiti ang iyong mga mata at kung paano mo hawakan ang aking mga kamay patungo sa iyong dibdib. Binubulong ang bawat pangarap na sabay nating bubuuin— kung paano natin ito maaabot. Habang nagsasali ka'y nananatili akong nakatitig sa iyong mga mata sapagkat nakikita ko rito ang paging totoo ng bawat salitang sinasambit mo. Pinakatititigan at hindi man lang sumagi sa isipan ko ang sitwasyong ating kinahaharap ngayon.

Isang araw, nakangiti na ang mga labi upang ika'y salubungin. Kape ay nasa kaliwang kamay na siyang makapagtatanggal sa iyong pagod. Sa tuwa at galak na nadarama'y inunahan ka na. Iniyapos ang mga kamay nang biglang bumagal ang oras, hindi na maramdaman ang init ng iyong mga yakap, wala na ang ngiti sa iyong labi na dati ay abot hanggang tenga. Bigla ka na lamang lumayo na tila pinandidirihan ang iyong kaharap— ang iyong sinisinta.

Ngayon ko lang napagtanto na kahit gaano pa katagal ang inyong pagsasama'y hindi mo maaasahang hindi ito magsasawa. Hindi lahat ng nagmamahal at nangangako sa iyo'y kaya nitong panindigan hanggang dulo.

Sapagkat hindi lahat ay kayang panindigan ang mga binitawang salita. Hindi lahat ay kayang labanan ang bawat pagsubok na dumarating upang tayo'y subukin. Hindi ko maikakailang nasaktan ako sa ginawa mong paglisan, sinta. Para bang pinagkaitan ako ng aking mga labi sapagkat hindi na makangiti. Para bang pinagkaitan ng boses sapagkat hindi na makapagsalita ng maayos, parang ninakawan ako ng buhay sapagkat hindi na ramdam ang paghinga matapos mo akong lisanin. Hindi na kayang titigan ang iyong mga mata dahil hindi kayang makitang sa kaniya na ito nakabaling. Hindi na kayang isandal ang katawan sa anumang upuan, o pader man lang sapagkat nais ko ang iyong mga balikat. Hindi na kaya pang lunukin ang kapeng dati ay ating pinagsasaluhan, hindi na maamoy ang aroma nitong ating kinagigiliwan sa bawat umaga.

Hindi na sasapat pa ang salitang pasasalamat sa ginawa mong pagtalikod noong mga panahong hindi napapansing nawawala na ang aking sarili. Hindi matutumbasan ng anumang salita ang saya na aking nararamdaman sa ngayon– sa pagdating ng taong hindi natakot suungin ang rumaragasang mga luha noong ako'y iyong iniwan. Dumating siya. Dumating ang taong nagdala sa akin sa altar noong mga panahong iniwan ka ng taong dahilan ng pagtalikod mo sa mga pangarap natin noon.

Mahabag Ka, Pandemya

Pagbukas ng mga mata'y ginhawa ang nais maramdaman,
Maganda, payapa't masayang tanawin ang nais masilayan,
Ngunit, tila kabaliktaran nito ang siyang kinahahantungan,
Sanlibutan, binalot niring kadiliman.
Habang tumatagal,
Habang araw ay lumilipas
Tayo'y nakararanas ng iba't ibang delubyo't masasalimoot na pangyayari.
Habang tumatagal, mga kaganapan sa 'ting mundo'y tila gumugulo,
Bawat pangarap ng tao'y tila naglalaho.
Ako'y narito,
Nakaupo't tinatanaw ang bawat kalyeng dati ay napupuno ng mga batang nagsisiyahan habang naglalaro hanggang sa gumabi.
Narito ako, nakaupo.
Narito habang mga luhay patuloy sa pagtulo
Nag-iisip, nagmumuni-muni kung anong magagawa upang pandemya'y magwakas na.
Hindi na kaya,
Hindi ko na kayang lumunok habang nakikita ang mga tako't matatandang naghihirap at naghihingalo.
Hindi ko na kayang pagmasdan ang mga buhay na nagiging isang abo.
Nais kong lumabas at maghanap ng lunas,
Nais kong tumulong subalit puso'y nilulusob ng takot
Takot! Takot na baka mauna pang namatay imbes na makatulong
Takot na baka mahawaan ng mikrobyong dala niring pandemya,
Takot na baka maiwan ng maaga ang aking pamilya.
Ako'y natatakot

Dahil walang kasiguraduhan,

Baka kamatayan ang siyang mapuntahan

Walang kasiguraduhan kung hanggang kailan ko makakayang labanan ang ating kinahinatnan

Paano na? Saan na tayo dadalhin ng pandemyang ito?

Saan na tayo patungo?

Kailan maibabalik ang dating sigla ng ating mundo?

Kailan muling masisilayan ang mga batang naglalaro sa bawat kalyeng madadaanan?

Kailan muling matatanaw ang galak at halakhak ng mga tao

Kailan?

Makatatakas pa nga ba tayo sa delubyong ito?

Makalalaya pa kaya tayo sa hawla?

Masisira pa kaya ang makapal na rehas niring pandemya?

Makakatakas pa kaya?

Kung may paparating na namang iba?

Bagong taon, bagong kabanata, bagong pag-asa ang ating isinambit ngunit,

Ngunit ngayo'y nadagdagan ang ating pangamba.

Ito ba'y parusa ni Ama dahil sa mga kasalanang nagawa?

Ito ba'y hudyat sa nalalapit na pagtatapos ng ating kabanata?

Dito na ba matitiklop ang ating pahina?

Nakakasawa na,

Pandemya, lumayas ka na!

Bumalik ka na sa iyong pinanggalingan at kami ay palayain na,

Pagod na pagod na pagod na kami,

Maawa ka, mahabag ka pandemya.

Librong Itiniklop

Ang pag-iibigang walang kahihinatnan
ay tuluyan nang pakakawalan.
Ang pusong nasasadlak sa kalungkutan
ay tuluyan nang lulubayan.
Ang isip na matagal ng naguguluhan
ay tuluyan nang may naiintindihan.
Ang relasyong wala nang patutunguhan
ay tuluyan nang tatalikuran.

Ang matagal ng nakatilop na bunganga
ay tuluyan nang ibubuka,
Ang mga salitang pamamaalam para sa ating dalawa
ay tuluyan nang ibubuga,
Nag mga daliring nagtitipa ng mensahe
ay tuluyan ng sayo'y ipapadala,
Ang libro't k'wentong nasimulan nating dalawa
ay tuluyan nang isasara.

Kimanunula

An author and a poet.

I open my eyes and the sun is shining again
Four hours of sleep, I just wanna stay in my bed
Getting up in bed like a robot and puppet
Feels like my brain and organs won't function yet

I'm here in the Phil but my mind is in France
Thoughts in my head are dancing again
My vision's blurry, can't find a connection
Just like driving the car without direction

This is my daily routine waking up to sleep again
Doing this and this and this and that
I couldn't find happiness in what I do
I keep trying, will it work if I continue to?

I'm starting to talk to the windows and walls
Entertained by these little reptiles in my ceiling called geckos
Amazed by how the curtains are blown away by the wind
This four-cornered room starts to feel like a big world

Using my phone the whole time of the day
When the battery gets drained, I charge it right away
But of course, I expect nothing cause I know I don't exist
Especially when I'm not needed or of any use

And here comes the night cold as an ice
My blanket hugs me while I'm hugging my pillow tight

I don't feel sleepy at all, where did I get all this energy
It's 12:20 midnight, I hope tomorrow will be happier than today

Never Chosen

I can't stop myself from overthinking

I held onto your words and now I'm hurting

You said you'd choose me this time

But when she came back, you chose her again, why?

You should've told me that you're still waiting for her so I didn't wait for anything

Did you ever love me?

Or I was just a cover-up?

Did you even care for me?

Why did you break your promises?

I did what I can but I don't seem to be enough

I was in the choices but I was never chosen

Thoughts in my head are running around in circles

Been trying to get you off my mind but it's hard

And even though, I have already let you go

My foolish heart is still holding on to you

I don't know how long my wounds will heal

A week, a month, maybe years

It hurts but I want you to know

That if choosing her means you'll be happier

Then I'm the happiest for you even though I was never chosen.

Woke up with a feeling of emptiness
I looked at the date, it was Feb 10
Time is fast
It's been 123 days since you left
Today's weather is cold just like how your body felt
Nobody thought that you'd leave that sooner
25 years seems long but it's just too short
The house feels dull and empty
Every day, I can still see you drinking coffee
And eating all the milkfish's tummy
I can still hear you singing while taking a bath
And how you boast your muscles and abs
I can never forget how your face can tell all your emotions
Your smile that lightens those who you pass by
I can still picture it all in my head
And those arguments that we had, I wish we never had those
Every single day, I wish I only made you feel loved
But I can never turn back time with these words
You were always there for me ever since we were little
I should've been there for you too during your stormy hours
And I've been writing poems for other people
But when you were alive, I haven't written to you even once
I promise that every 10th day of every month
I will write one for you, and compile it until we see each other again
Today, I will not think about anything else
Just you, the whole you and no one else
I love you brother

I miss you forever.

Tick tock tick tock here comes the night

The sky is dark and so is my life

The wall is beside me but it couldn't talk

I'm hugging my pillow but it couldnt hug me back

Been staring at my phone, waiting for imaginary messages

Absorbing radiation until my energy drains

I just wanna sleep in peace but my brain cells are at war

Giving me a headache I couldn't ignore

And here comes my tooth, dying itself

Then my stomach said, "Hey, you haven't eaten yet."

Mosquitoes are buzzing, adding melody to my emptiness

It's 10:30 and I'm still expecting to be loved and cared

I've been losing my patience but waiting keeps me alive at the very same time

So how do I sleep when I couldn't stop waiting for things I'm not sure would come

Hindi ka man abot ng aking nga tanaw

Ngunit ang laman ng puso't isip ko ay ikaw

Pasensya na kung hindi ko magamot ang mga sugat mo

Mga sugat mong malalim na dulot ng taong pinakamahal mo

Gusto kong makatulong pero hindi sapat ang magagawa ko

Nagpakarupok ako para maging kanlungan mo

Nagpakatanga ako para lang mapangiti ang mga labi mo

Ngunit sa kahit na anumang paraan na aking gawin

Kahit anong tamis ng salita na aking sasabihin

Alam kong sa isip mo, siya ay di mawaglit

Alam kong hangad mo ang kanyang pagbabalik

Pero di ako tumigil na sumubok na pasayahin ka

Ginawa ko ang lahat at alam kong sapat na iyon para kumalma ka

Pero wala na akong magagawa

Di mo ako mahal, hindi mo ako minahal kundi tinuring mo lang na pahinga

Masakit pero masaya na ako na sa kahit konting panahon ay sumaya ka

Na sa piling ko ay nakahanap ka ng kalinga

Nasaktan mo man ako, pero di ako magagalit dahil mahal kita

At sa patuloy na paglipas ng panahon ay mamahalin pa rin kita

Kung nasaan kaman ngayon, hangad ko ang paggaling ng mga sugat mo

Hanggad ko ang kasiyahan mo

Mananatili ka dito lagi sa isip ko

At ang ating mga alaala ay nakaukit na sa puso ko

Fritz Ocio

I've considered myself a bookworm because I really love books. I am a potterhead and I'm sorted in Ravenclaw House. I'm also an achiever since elementary school. My favorite color is mint green and blue. My favorite quote is "Wit beyond measure is man's greatest treasure".

Prosody

You're my one and only,
my precious prosody.

Smelling the sweet scent of nostalgic flowers,
Sweet plums all over.

While taking a deep breath,
I imagined the solemn hearth.

Watching the sky changes from dusk till dawn,
I'm still alone and I feel anxious on my lawn.

Ego

A masterpiece,
that undergoes bizarre thoughts and unease.

Coping with any situation,
all is fine but causes frustration.

I sit on the front porch all night,
drenched in love and might.

Pulchritudinous

Like roses,
you are pulchritudinous.

Beauty is all over your body,
and it amuses me daily.

Hearing your soft voice,
It feels like a pleasant rejoice.

Embers

I've been trapped by heat,
and I want to retreat.

These blistering flames and embers,
will burn me in this chamber.

Gasping some air,
I'm still alert and aware.

Kalopsia

Surprisingly attractive,
like dahlias and peonies.

Good-looking like blossoms,
and that is awesome.

Charming body of yours,
makes me sweaty in this hour.

Amity

Perennial camaraderie,
with strong bond and unity.

Let's cherish this new friendship,
and face the upcoming hardships.

Though we're far from each other,
I hope that this relationship will foster.

Humdrum

Lazy, with no interest,
and you feel like your life is full of twist.

Your foolish eyes are closing,
and you are groaning.

Head is empty and lack of happiness,
thinking how to clear the mess.

Ludic

A loud and peaceful world,
a hidden story that is never been told.

Children and parents,
drinking some teas with mints.

Singing endlessly,
I wish the entire world will be like this daily.

Pleasant melodies,
with graceful harmonies.

Oblique

Oblique feelings and love,
as it suddenly shoves.

Hurting them both,
as they have their last oath.

She sobs and realizes about death,
as she thinks that it can be a threat.

Cunning

As he was brainy,
crafty and makes things perfectly.

You can't deny how fancy he is,
All that you can feel is bliss.

His mind is full of art,
smart and lively heart.

Russel C. Berandoy

Russel C. Berandoy is currently a 2nd-year college Criminology student. She was an honor student and deportment awardee during her Senior High School. And a Top 1 student in their Foreign Language (Spanish) during her Junior High School journey.

She was also a consistent honor student when she was in elementary. And a Champion in the contest of Essay Writing at Buwan ng Wika when she was Grade 6.

Hindi ko alam kung paano ko sisimulan.
Hindi ko alam kung saan ko sisimulan.
Ang tula na mula sa asisimulan't isipan.
Na aking iaalay para sa 'yo na aking mahal.

Alam ko na. Kaarawan mo nga pala.
Maligayang kaarawan sa 'yo oh aking mahal na sinta.
Isang pagbati mula sa puso kong masigla.
Masigla dahil sa 'yo at sa pagmamahal mong dala.

Kaligayahan mo lang ang siyang aking hangad
Sa kaarawan mo ngayon, ika'y magalak.
Nawa'y matupad ang lahat ng 'yong pangarap.
Na siya ring sabay nating tutuparin sa hinaharap.

Napakarami kong gusto at nais sabihin.
Ngunit isa lamang ang gusto kong laging sambitin.
'Yon ay ang salitang "Mahal kita yAKIN".
yAKIN na siyang katumbas ng salitang AKIN.

Oo, akin. Akin ka lamang yAKIN.
Ako'y sa iyo at ikaw ay akin.
Ikaw ay ibinigay ng Diyos para sa akin
Para mahalin ko at iyo ring ibigin.

Nag-iisa ka lamang sa buhay ko Rodelito
Sa puso ko't sa isip, ikaw ang palaging aking gusto

Katulad ng kung paano ako sa 'yo noon nagkagusto
Mahal kita, minamahal at mamahalin kita ng husto.

Maraming salamat, sa iyo mahal ko.
Sa palaging pagmamahal at pag-aalaga sa puso ko.
Gano'n din sa akin mismo.
Kay rami kong magandang natutuhan mula sa iyo.

Ako na ata ang pinakamapalad na babae sa mundo
Ako'y may nobyo na sobra akong mahal at gusto.
Sa kabila ng lahat ng pagkukulang ko,
Nananatili pa rin siya sa piling ko.

Sobra kitang pinagmamalaki sa lahat mahal ko
Sa lahat ng kakayahan mo, na walang wala ako
Sa lahat ng kaalaman mo, na ibinibahagi at tinuturo mo
Ikaw pa ang nagsisilbing madalas na gabay ko

Sa lahat ng katangian mo, na palaging tinitiis ang kakulitan ko
See, sinong may gano'ng boy friend, di ba ako?
Muli, maligayang kaarawan sa iyo yAKIN ko
Hindi nagtatapos dito ang pagbati ko sa iyo
Sa bawat araw, palagi kitang binabati sa puso ko
Ikaw din ang palaging laman ng isipan ko.

"yAKIN"
y-AKIN lang

A-ng
K-aisa isang
I-mportante at espesyal
N-a nilalang na tinatawag ko nito
yAKIN is my love at all time
All the time, yAKIN is my love
I love you so much yAKIN, my love

Mula noong unang beses na nakausap uli kita,
Ang damdamin ko ay anong saya ang nadama
Pagbabalik mo ay hindi ko lubos inaakala
Sapagkat noon ako'y napuno ng sakit at akala

Ang akala ko na hanggang wakas,
Pero ikaw ang nagwakas
Pagsasama noon na kay wagas
Ngunit umabot lang pala sa wakas

Pagkalipas ng tatlong taon, tayong muli ay pinagbigkis ng panahon
Tayong muli ay pinaglapit ng pagkakataon
At oportunidad ang siyang meron tayo ngayon
Na mahalin ang isa't isa ng higit pa sa noon

Isang malaking biyaya ang pagbabalik mo
Biyaya na walang katumbas na kahit ano
Ikaw ay aking hiniling, na sana ikaw ay muling dumating
At pinagkaloob nga ang sa akin, ang matagal ko na ring hinihiling

Mahal na mahal kita, at sana'y lagi mong tatandaan iyon
Kasama mo man ako o hindi, ngunit sana'y ramdam mo pa rin yaon
Mga alaala nating nabuo sa pangalawang pagkakataon
Ay mananatiling muli na sa puso ko'y nakabaon

Maligayang pasko sa iyo mahal ko
Wala na akong mahihiling pa ngayong pasko

Dahil maaga pa lang, natanggap ko na ang pinaka the best kong regalo
At 'yon ay ang taong nagbabasa nito

Ngunit ako'y may kahilingan para sa iyo
Na nawa'y palagi kang masaya sa bawat araw ng buhay mo
Marami mang pagsubok dito sa mundo
Pero alam kong kayang-kaya mo

Palagi mo ring tatandaan na marami kaming nagmamahal at sumusuporta sa iyo
Lalo na ako, na no.1 fan mo
Walang araw na hindi ko na-appreciate ang lahat ng efforts mo
Nag-uumapaw palagi ang saya ko mula no'ng minahal mo uli ako

Mananatili akong nagmamahal ng tapat sa iyo
Mawala man ako sa piling mo, pero mananatili ka sa puso ko
Hindi kaylanman nawala ang Leo Daniel sa buhay ko
Ikaw lang ang lalaking minahal ko ng ganito

Ang pagmamahal na walang alinlangang tanggapin kang muli sa buhay ko
Na hindi tulad ng pagmamahal na naramdaman ko sa ibang muli akong ginusto
Hindi ko maipaliwanag ang nararamdaman ko
Ngunit nag-iisa lang ang tanging sigurado ko at 'yon ay ang mahal na mahal kita Leo

Wala man akong maiaalay sa iyo na kahit ano

Pero gagawin ko ang lahat upang maging deserving sa pagmamahal mo

Nawa'y napasaya kita sa munting tula na ito

Na tanging iniaalay ko sa 'yo mahal ko

Ako si Russel at ito ang aking pasko kasama ng taong mahal ko at mahal rin ako

Nawa'y marami pa tayong pagsamahan na maraming okasyon sa ngalan ng ating Panginoon, mahal ko

Huwag nating kalilimutan na siya ang dahilan ng tunay na diwa ng pasko.

Mahal na mahal kita, mahal ko

Shaira Mae Senecio

Isinilang si Shaira Mae Senecio sa Quezon City at lumaki sa probinsiya ng Leyte. Nagsimula siyang magsulat ng tula noong siya ay nasa Junior High School pa lamang at madalas niya itong isulat sa kanyang kwaderno. Ang kanyang ina ang kanyang naging unang tagasuporta na siyang naging dahilan para patuloy siyang magsulat. Nagsimula siyang magsulat ng mga tula na nagtatapos sa trahedya. Mga tulang puno ng kalungkutan at kasawian na nakakonekta sa totoong pinagdaraan nito. Siya ay kasalukuyang isang Grade 12 student at gagraduate ngayong darating na hulyo. Nais niyang ipagpatuloy ang pag aaral sa kolehiyo para abutin ang pangarap niyang maging isang Psychologist balang araw.

Husga

Sa mundong mapanglait
Mga salita nila'y mapanakit
Sasabihan kang ika'y pangit
Kahit ang totoo sila lamang ay inggit.

Aanhin mo ang salitang marikit
Kung ugali'y mabaho at pangit.
Aanhin mo ang salitang sa tainga'y kaakit-akit
Kung sa pagtalikod mo'y ka plastikan ang kapalit.

Sayang ang iyong mga iniluluha
Sa mga walang k'wenta nilang salita
Sadyang sila lamang ay mapanghusga
Dahil wala silang magawa sa mga buhay nila.

Paano mo masasabing ika'y malaya
Kung sa lahat ng iyong ginagawa ika'y pinupuna
Na sa tuwing ika'y may pagkakamaling nagawa
Huhusgahan ka na tila ika'y may malaking pagkakasala

Kaibigan, gaano man kalaki ang iyong pinagdadaanan
O kung ikaw ay nilalamon ng kalungkutan,
Sabihin man nilang buhay mo'y walang patutunguhan,
Nawa'y 'wag mong kalimutang sa buhay ay lumaban
Dahil darating ang araw na lahat ng iyong inaasam

Ay iyong makakamtan.

Maghihintay Ako sa Pagbabalik mo, Sinta ko

"Babalik ako."
Mga kataga na binitiwan mo at pinanghawakan ko bago ka lumisan sa piling ko. Alam kong mali, mali ang mahulog sa isang anghel na tulad mo na ang tawag ng puso ay nasa bayan at kababayan na nangangailangan ng tulong mo habang ako'y inililigtas ang buhay ng tao. Hilaga ka, timog ako. Silangan ka ngunit kanluran ang tinahak ko. Tila hindi tayo pinagtatagpo.
Linggo, buwan, taon, dekada ang nagdaan ngunit hindi ka muling nagbalik pa. Ako kaya'y naaalala mo pa? Naaalala mo pa kaya ang pangako natin sa isa't isa? Nawawalan na ako ng pag-asa na ika'y makikita pa.
Hanggang isang dapit hapon tanaw ko ang iyong mga kasama patungo sa aking kuta ngunit bakit gano'n? Kaba ang aking nadarama. Bakit hindi ako masaya? Bakit bigat ng puso ang dala sa halip na galak at saya?
Napaluhod nalang bigla habang dumadaloy ang luha sa aking mga mata ng iabot sa akin ang kapisong metal na magsisilbing saksi ng pangako nating dalawa. Patunay na ika'y hindi na muling babalik pa.
Heto ako ngayon, naghihintay pa rin sa tagpuan nating dalawa. Umaasa na panaginip lang ang lahat ng ito. Umaasang ako'y babalikan mo sa tagpuan nating dalawa kung saan tayo'y nangako. Maghihintay ako sa pagbabalik mo, sinta ko.

Sino at ano Kaya ako sa Hinaharap?

Kasalukuyan akong nakahiga
Nanaginip habang dilat ang mga mata
Iniisip kung ano ang aking tadhana
Paano kung lahat ay mauwi sa wala?

Hindi ko alam kung saan ako tutungo
Hindi ko maaninang dahil sobrang labo
Hindi ko alam kung alin ang pipiliin kong pinto
Pintong magdadala sa 'kin sa mga bagay na hindi ako sigurado

Mayro'n akong sariling pangarap
Ngunit hindi nila ito tanggap
Kaya napilitang magpanggap
Pinilit kong magsikap kahit alam kong mahirap

Sino at ano nga ba ako sa hinaharap?
Matupad ko kaya lahat ng aking mga pangarap?
Alam kong ang susi ay pagsisikap
At walang humapay na pananampalataya
Ibinigay sa Kaniya ang buhay at tiwala

Hindi ako nawawalan ng pag-asa
Dahil alam kong siya ang aking sandalan tuwing di ko na kaya
Lalaban para sa king pangarap
Para masuklian ang kanilang sakripisyo at paghihirap.

Hiling

Kahilingang impossibleng makamtan
Ang ika'y maging akin ay hanggang pangarap lang
Hindi kita mayakap ni mahagkan
Distansiya natin ay milyon ang pagitan.

Hanggang kailan kita pangangarapin?
Ang mapansin ang aking nararamdaman ang aking hiling
Wala ba talagang pag-asa?
Nawa ako'y iyong palayain na.

Alam kong hanggang pangarap lang kita
Imposibleng ako'y madapuan ng iyong mga mata
Sa dami ba naman ng nakapila
Dagdagan pa ng babaeng laging hinahanap ng iyong mata.
Kaya alam kong malabo na.

Dapat ko na bang itigil?
Ang pangarapin ang isang bagay na imposibleng maging akin?
Ang taong laman ng aking puso't isipan
Ngunit sa iba nakalaan.

Kahilingan pa ba ay makakamtan?
Kahit alam kong sa iba ka nakalaan
Nakakapagod umasa sa bagay na walang kasiguraduhan
Dahil lahat ng ito'y hanggang panaginip lang

Takip-Silim

Sa pagsimula ng araw
Dama ang saya habang ika'y tinatanaw
Sa mga ngiti at tingin mo ako'y natutunaw
Kaya't masasabi kong talagang ikaw
Ang buhay ko't tanglaw

Buhay ko'6 nag-iba ng ika'y aking makilala
Hindi ko batid kung ano ang iyong ginawa
Kung bakit ganito ako kabaliw kapag ika'y aking nakikita
Sa iyong mga k'wento, ngiti at tawa
Na mas ikinababaliw ko kapag ika'y aking nakikitang masaya

Ngunit lahat ay biglang nagbago
No'ng dumating ang isang estranghero
Nabaling sa kanya ang atensyon mo
Siya na imbis na ako
Iniiisip kung ako ba'y tuluyan ng nilimot mo
Lalo pa't may bago nang nagpapasaya sa 'yo.

Labis ang saya
No'nng sinabi mo sa 'king nais mo akong makita
Dali-daling pinuntahan kita
May nararamdaman akong kakaiba
Ngunit ito'y aking ibinaliwala
Luha ang dumaloy mula sa aking mga mata
No'nng sinabi mo sa aking mahal mo siya
Sa paboritong tagpuan nating dalawa
Iniwan akong lumuluha
Habang iniisip kung may pagkukulang ba akong nagawa?

Gaya ng paglubog ng araw
Ang biglaan mong pagbitaw
Puso ko'y umiiyak at humihiyaw
Dahil sa paglisan ng itinuring kong tanglaw
Walang iba kundi ikaw.

Ako sa gitna ng dilim
hinahanap ang pintuang magdadala sa 'kin sa magandang kinabukasan
ngunit bakit ganon? Bakit tila nagmistulang kontroladong manika ang aking katawan?
Buhay ko'y kontrolado rin ng ilan.

Gusto kong magdesisyon para sa sarili ko
Ngunit bakit ganoon?
Bakit nararamdaman nila pa rin ang inaalala ko?
Paano ako?
Ako na unti-unting nawawala sa sarili at sa proseso.
Sa'n ako tatakbo?
Sino ang kakapitan ko?

Nasasakal ako.
Unti-unti akong nilalamon ng takot
Nang pangamba
Na baka ang daang tatahakin ko
Siya ring dahilan ng aking pagkabigo

Saan ako tutungo?
Sino ba ko?
Sino ako?
Ako
pa rin
ba ito?
Hinihila ako
hinihila ako pabalik sa kadilimang pinanggalingan ko
Sa dilim kung saan masasabi kong ligtas ako
sa panghuhusga ng ibang tao.

Poetry Is My Best Therapy

Poetry is like an Agony
In the mind of somebody
But poetry is my therapy
Every time I feel empty

Sitting in the dark
While thinking about an exact word to write
Trying to reach the word of my heart
To ease the pain that I have.

I keep writing the words I can't tell
The words I am afraid to say
But through writing a poetry
I learned how to comfort myself without the help of anybody.

Tayo'y Babangon at Makakaahon

Kasalukuyan nating sitwasyon
Humaharap tayo sa isang mabigat na hamon
Walang kasiguraduhan kung tayo'y makakaahon
Binabalot ng pangamba ngunit nananatili ang pananampalataya sa Panginoon

Bangon,
Salitang mahirap gawin
Pero susubukan natin
Ahon,
Walang kasiguraduhan kung magagawa natin
Ngunit kakayanin

Tatag ng bawat isa
Tatag ng pananampalataya
Nagsisilbing ating sandata
Para sa hinaharap tayo'y magiging malaya

Sa panahon ng pandemya
Marami ang nawawalan ng pag-asa
Pero nananatili ang malasakit ng bawat isa
Nagtutulungan at hindi nagpapabaya

Positibong pananaw at pananampalataya
Tayo ay makakaahon at magiging malaya

Tayo'y dumaranas ng kahirapan sa gitna ng pandemya
Sa hinaharap sabay-sabay tayong aahon
Muling babalik ang saya ng kahapon
Haharapin ang bukas ng may lakas dahil tayo'y may Panginoon

Pananalig sa kanya ang susi
Dahil sa kanyang kabutihan at awa
Tayo'y makakabangon at makakaahon
At isisigaw ang katagang "Purihin ang Panginoon"

Shirlyn (Shi)

Shirly Jane P. Ambos is a student and part-time job in the Mindanao Region. 20 years of age, simple, and a busy person. A 2nd-year college in CDO. She stated that "Make yourself happy, stress out your problems, challenge in our life, our best way to make us strong enough to win our battles".

Hindi ko mawari, kung paano ko sisimulan.

Ang Paghahabi ng mga tugmang, letrang iaalay ko sa 'yo.

Kinakapos ang isip, kung paano ko ba sisimulan, para iyong maramdam at maunawaan ang ibig ipaiwatig nitong puso.

Sa tindi ng hiya, ang puso ko'y tila'y sumasabog.

Ganoon pa man ay nais kong alayan ka ng isang tulang makakapagpaligaya sayo

Na akin ng nakasanayan mula pa noong simula.

At ito ang tanging handog ko, sa aking iniibig.

Pagka't ikaw ay malayo at nasa ibang dako.

Oh kaybilis umusad ng panahon.

Parang kailan lang, hindi pa tayo at tilay isang animong walang magawa sa sarili kundi ang nais ay maroon ng kakuwentuhan.

Ngunit ngayon ay ito na't mas lumalim ang samahan at naging magkasintahan.

Malimit man tayo magkita at minsan ay nawawari kong mahal mo pa ba ako o hindi na?

May mga pagakakataon, na may tanong na naglalaro sa aking isipan.

Ngunit dahil ikaw ay minamahal ko, patuloy akong magtitiwala.

Pangako ko mahal, ikaw lang ang mamahalin hanggang di ka sumusuko at nararamdaman ko pa ang iyong pagmamahal na inialay sa akin.

At di ako kailanman liliko ng daraanan.

Ang Dios ang nagbuklod sa ating dalawa.

Ikaw ang pinili Niya, na aking makakasama at sasabay sa aking pag-angat at pagkalugmok. Ikaw ang magiging sadalan kung sakali man na ako'y iiyak.

Ang pagmamahalan natin ay binasbasan Niya. Kaya naman gagawin ko ang nararapat sa ating pagmamahalan. Pangako, ako'y susuporta at aagapay sa 'yo

Nicole Audrey D. Co

Nicole Audrey Co is an aspiring content writer for blogs, videos, and other creative ideas. Talking to people makes her creative, bubbly, and cheerful. She is both an extrovert and an introvert who takes things one day at a time.

Paglalakbay

Nandito ako sa mundong ibabaw
Puso't isip tila gusto humiyaw
Pagod na ako! Ayoko na dito sa mundo!
Dito sa isip ko at pakiramdam kong pabago-bago

Kaytagal ng lumaban, tila putik ang aking mga dinadaanan
Paa ay lumulubog na pero pilit umaahon sa hinaba-haba ng panahon
Pamilya ko ay namimiss ko na pero hindi ko alam kung ako ba ay naalala nila
Okay lang yan, laban lang nang laban

Kahit luha ay pumapatak paminsan-minsan
Na akala ko wala ring katapusan ang kalungkutang nararamdaman
Kailangan ilagay sa isipan na ang problema ay
Dinadaanan hindi tinatambayan

Kailan?

Kailan kaya kita makikilala
At hanggang kailan hindi ka mawawala sa memorya
Pasulpot-sulpot sa isip
Nangangarap na makasama ka sa panaginip

Siguro hanggang ganito lang talaga
Hindi pinagtatagpo ng tadhana
Baka pag nagkilala ay masaktan at dadaloy muli ang luha

Pero sana kung nasaan ka man ngayon
Mag-iingat ka sana at maging masaya ka
Mapangiti ka niya sana

Ikaw

Lagi mong tatandaan
Ikaw ay isa sa pinakamahalagang tao sa akin
Hindi ko man naiiparamdam ito lagi sa iyo
Pero sa puso ko ikaw ay napakaespesyal
Lagi laman ng aking isipan ang iyong pangalan

Lapis At Papel

Sa bawat pahina
na nais ipahayag ang nadarama
nakakapaglakbay ang isip kung saan saan
nang dahil dito naiibsan ang kalungkutan

sa mga letrang isinusulat
na para bang mga kamay na tumatapik sa aking balikat
ang panulat na ginagamit ang nagmimistulang kaibigan
dito naisusulat ang damdaming makabuluhan

lumilipas ang araw
kumakapal ang aklat
tila naaninag ang ilaw
sa buhay na mapusyaw

matagal na panahon
nawalan din ng gana sumulat muli
parang ang puso at utak ay inaalon
bumabagyong pag-iisip na hindi makaahon at tila ba nasawi

Empty

Dito sa mundo
na minsan hindi mo alam saan ka tutungo
Madami manghuhusga sa iyo
kung ano-ano ang sasabihin na ikakasakit ng damdamin mo
pero life goes on smile pa rin tayo

Minsan suicidal ka na
dahil sa mga alaala na bumabalik pa
pero ganiyan talaga
 move on at huwag na magpaapekto pa
nakakatakot minsan maging masaya
dahil katumbas nito ay kalungkutan na naman
na halos hindi mo na alam ang dahilan kung bakit nasasaktan

life goes on
need natin mag-move on
ngiti paunti-unti
lungkot ay mapapawi

Abegail R. Ogatis

Abegail R. Ogatis was born in Davao City. She is a Published Co-Author of the anthology book entitled *"Walang Forever, Pero May Climate Change"*. She actively participates in writing contests virtually. Aside from writing poems and short stories, she also loves to draw, read, and listen to music. Her hobbies started to become a realization during the pandemic. She eagerly wants to learn and have a great journey in life.

Ang Komplikadong Pagsasabuhay Ng Kaliwanagan

Masama ba ang may hinahangaan,
sa ningning nila'y mayroon bang karapatan?
O tama kaya ang pagtawag ng 'baliw ka'
kung wala kang tala na tinitingala?

Hindi ko rin maintindihan ang pagsasalarawan,
sa aking paglalakbay ay may ibang basehan;
Sarili kong mapa at paraluman ang konklusyon,
ang paligid ay nagbibigay direksyon.

Estrelya ng buhay ay makikita sa salamin,
nakaharap—umaasa sa bukas na susungkitin;
Makakayang umakyat sa itaas,
hindi kailangan ng pitik mula sa nasa itaas.

Walang kabaliwan ang mga kawalan,
matutong yumapak sa ilaw na kinagisnan;
Sa ating mga inspirasyon man ay may iba't ibang kahulugan,
ang lahat ng pangarap ay makakarating at maging isang kaliwanagan.

Ang Pagsabog

Bakit hindi ko mapigilan
ang galit na patuloy sa pagsabog?
Tila sa pagtuloy na pagkulo ng kaguluhan,
ang nakikita na lamang ay ang dilim ng pagkulog.

Sumasabay ako sa ngitngit ng langit,
patuloy sa paghulog ng masasakit na salita;
Nagmula sa loob ang lahat ng hinanakit,
kaya may nadadamay sa 'king pinsala.

Kahit saan man,
sa kalupaan, sa karagatan, o kahit sa kailaliman;
Hindi ko mapahinto kaya ang luha ko'y umagos,
hindi ninyo makikita sa ibang dahilan— paano nga ba nangyari ito?

Pagtatago't Paghahanap

Tagu-taguan na muli,
sapagkat maliwanag ang buwan;
Ang madalas na naririnig sa paglaro— tila humuhuni,
tinatawag ang aking presensya para mabuhayan.

Gusto ng karamihan ang maglaro,
Tila isang kalokohan lamang ang ginagawa;
Akala ba nila nakikipagbiruan ang isang tulad ko?
Tayo ay may kasulatan— tila isinulat mo lang sa tubig, walang hiya.

Parang isang bata kung iisipin,
ngunit ang mga buhay ang nakataya dito;
Kung gustong makatakas ay panindigan at ipanalo mo,
Tapusin at huwag maging duwag nang sa katawan mo'y hindi sasalin.

Pagdalo Ng Dagtum

Lumalalim ang gabi
at lumalamig ang simoy ng hangin;
Tila tinataboy ng paligid ang mga nasa tabi-tabi,
ngunit ako'y nanatili 'pagkat may dadamhin.

Lumalalim ang paghukay ng isip,
naglakbay ito sa mga bagay-bagay
habang hinahaplos ng panahong taglay;
Kapangyarihan ng oras ay walang tabla— ito'y sadyang naiinip.

Nagmamadali silang sumabat,
habang sa akin naman ay tumigil ang lahat;
Wala naman akong nakitang kakaiba,
kapayapaan ang muling nagdala.

Sa lahat ng mga pangyayari,
narito ngayon— patuloy sa pagmumuni-muni;
Tila ba walang kaba ang nananakot dahil sa pagkawili,
dahil sa katapusan ay kalayaan at ang pagdaramdam ay napawi.

Kaysarap tingnan ang haligi ng langit,
may dekorasyon na mga tala at ang buwan;
Mabuti'r naipinta ang itim na tila raw isang sakit,
ang lahat ay obra maestra— may kaliwanagan sa kadiliman.
"SALIMBATOK: SA BUHAY MASASABI"

Aaminin ko na mayroon akong sinayang at iniwan sa isang tabi,
at tuluyang nasasaktan sa putuloy na pasakit na humahati;
Bumabaha ang karagatan ng emosyon sa bawat gabi,
hindi alam kung sa bukang liwayway pa ay mawiwili;
Ang traydor na tadhana ay hindi ko masisisi,
mula sa pagguho ng aking mundo ay dala ko ang pighati;
Napapasabi na lamang ako sa mga ulap at ngumiwi,
Kailan ako mawawala— sa buhay ay tila wala akong silbi.

Ngunit nakita ko ang isang solusyon,
dati akong tigang sa pangarap ngunit ito na ngayon;
Nakikita ko na ang magandang pagbabago ng panahon,
nagpapasalamat at sinungkit ang pagkakataon;
Ang nakaraan ay hindi malilimutan sa aking rebolusyon,
sa paghihintay ay tila marami ang naging motibasyon,
padayon na may dalang inspirasyon at determinasyon.

Sheryn Briones Carandang

Sheryn Briones Carandang is an enthusiastic aspiring author on Wattpad and a poet from the Philippines. Her nowhere to be found old notebook has been a proof that she was twelve years old when she discovered her passion in writing. She loves to write considering that she wants to inspire many people. In addition, she writes because she wants to leave something that will survive far longer than herself. Aside from writing, she is also fond of painting, singing, dancing, fashion, and taking pictures of herself.

After All

When night falls,
You feel like down in the dumps.
In the first flush of morning,
You can be the winner—a champ.

You can cry whenever you want,
When you feel like you have to.
You can have a time to take a rest,
When your strength abandoned you.

You can be the happiest,
And you might feel worthless.
But for every pain and fall,
You can still stand like a wall.

Even a leaky faucet drips,
When a part of it is broken.
Even a colored balloons burst,
When pricked or fully inflated.

You can smile after you suffer,
If you realized that you are worth it.
You can continue and pick up the pace,
Because life has never been a race.

Tu Único Aliado

Sometimes,
You feel like you're an empty bottle.
You feel like a pen without ink.
You feel like a withered flower.
You feel like a wrinkled paper.
Sometimes,
You want to leave the paper blank.
In the middle of the road,
You want to stop.
Bite the bread; throw the half.
Choose not to smile nor to clap.
Sometimes,
You lose your passion.
You're just tired of being you.
You feel worthless.
You just—want to be transparent.
But the empty bottle quenched your thirst.
The inkless pen wrote thousands of words.
The withered flower once bloomed.
The wrinkled paper once flattened.

Thinking of leaving the paper blank,
So you already decided to start.
Thinking of stopping in the middle of the road,
So you're on your way to your destination.

You decided to start,
At least you've tried.
You don't lose your passion,
You're just taking a break.
Stop hating your existence,
You are the ally of yourself.
You feel like you're worthless,
You don't know, you're priceless.
Stare at your own shadow,
If you feel like you're alone.

Ancestry

Ancestry is an introvert woman, loves and always wants a lonely and peaceful atmosphere. She's not that kind of girl that'll tell you a long stories she had for a day, she's not that shareable person but always free when someone needed her presence beside them. She, who always afraid to make decisions for herself but also believes that she do it. She, who loves turning her thoughts into masterpieces. It's ancestry, the girl who's livin' in her own world and vibin' only with herself.

4,5,6-

We started being strangers,
Felt much anger,
But, we became friends,
Seems like it has no end.

Friends into lovers,
Lovers have a lot of haters,
They called it sin,
But what can I do?
If my heart chose you.

You spoke a lot of promises,
You said, I was home where your heart lends,
My mind started to remember it all,
As if it was like wall,
You promise me words like no end,
But never tell me that your promises are 'meant to be broken'.

Mysvenik

Nikka Veloso or also known as Mysvenik is a signed author at multiple writing platforms started by October 2020. She's a humanista that believes that writing and leadership skills are not only fundamental part of her academic achievements, but also to inspire others through her words and give others chances to know what's their purpose. She is a lover of coffee, anything spicy, and sweet flavors. She is a multitasker and an organize person.

Unknown Path

A lot of question
That still bothers me,
Keep murmuring in my mind
Says, "You are running out of time."

What's wrong with me?
I tried to ask and see,
If my future will be better
Or will remain a loser.

I want to become a writer,
But I couldn't find my pen.
Still thinking about Psychology,
But I would love to call "Attorney."

So I chose to write
About what's on my mind,
And decided to try my best
According to what's in my heart.

Apat Na Sulok

Nagtanong ang guro,
Para sa amin,
Saang lugar daw
Ang pinakadelikado.

Kalsada, iskinita,
At kung ano-ano pa
Ang mga sinasagot nila
Na may punto naman.

Nagtanong uli ang guro,
Kung saan ang pinakaligtas,
Ang lahat at sinabing
Sa kanilang tahanan.

Gusto kong sabihing
Mali sila at walang tama.
Ngunit pinili kong itago,
Ang mga pasa na aking nakuha.

Marie Diapolet (Paruparo)

She is a strong independent woman, an introvert, and whose been a fan of fantasy. She loves to write different poems and short stories that are based sometimes on her experiences and the story of people who matter to her. She believes that writing is an escape from the cruel world and reality. She basically used her imagination to unfold the chapter of life she always kept on dreaming about. If given the chance, she wanted to become a writer and then a journalist in the future.

Sa Muling Paglipad

Sa isang malayong bayan naninirahan ang pamilya ni Ibarro. Si Ibarro ay bunso sa tatlong magkakapatid at bata pa lamang siya ay nagtataglay na ng maraming katangian na tiyak ay hahangaan mo sa kanya. At sa paglipas ng panahon hanggang sa siya ay nag-aral na at tumuntong sa sekondarya sinabi niya sa sarili niyang magtatapos siya at magiging isang flight attendant sa hinaharap. Gano' na lamang ang determinasyon niya na abutin ang kanyang mga pangarap at bilang resulta nito tuwing magtatapos ang taon ng kanilang pag-aaral siya ay laging kabilang sa mga mag-aral na nagtatamo ng karangalan.

Sa Tahanan:

Mama: Ibarro anak, masaya ako dahil taon-taon mo akong pinapasaya sa mga karangalang nakukuha mo sa iyong pag-aaral. Ngunit sa susunod na taon ay nasa kolehiyo kana, flight attendant pa rin ba ang kurso na gusto mong kuhanin?

Ibarro: Opo, mama. Bata pa lamang ako gusto ko ng maging flight stewardess, makasakay sa eroplano at malibot ang buong mundo sa pamamagitan nito.

Mama: Ngunit anak mahirap lang ang ating buhay. Kuya mo lang ang inaasahan ko na katulong natin lalo sa pag-aaral mo. Mahal yata ang tuition sa kursong iyon, p'wede bang ibang kurso na lang anak ang kuhanin mo?

Ibarro: 'Ma, matagal ko na pong pangarap iyon pero kung iyon po ang gusto niyo susundin ko po kayo. Mahalaga po makapagtapos ako at mabigyan ko kayo ng magandang buhay balang araw.

Nalungkot si Ibarro matapos ang naging pag-uusap nila ng Mama niya. Inisip na lamang niya na kumuha ng kurso sa edukasyon at mag-aral sa pagiging guro. Hindi man ito ang pangarap niya ngunit sinubukan niya pa ring makipagsapalaran sa kursong ito. Makalipas ang isang taon, siya na nga ay tumuntong na sa kolehiyo.

Sa Paaralan:

Ibarro: Ang lawak ng Unibersidad na ito. Sana makapag-adjust ako agad kahit hindi ito 'yong pangarap kong kurso. (wika niya sa kanyang sarili)

Hindi naging madali ang unang taon ni Ibarro sa kolehiyo. Ilang buwan pa lamang ngunit tila hindi siya makapag-adjust sa kapaligirang kinabibilangan niya. Naramdaman niya din ang sinasabi nilang culture shock dahilan para maging stress siya. Minsan napipilitan na lamang siya pumasok hindi dahil sa gusto niya kundi dahil kailangan niyang pumasa na lang upang di masayang ang pagpapaaral sa kanya ng kanyang Kuya at Mama. Natapos nga ni Ibarro ang isang semestre nila ngunit dahil sa sunod-sunod na pressured at stress na naramdaman niya, napilitan siyang huminto na lang muna sa unang taon ng pag-aaral niya sa kolehiyo.

Sa Tahanan:

Ibarro: 'Ma, pasensya na ngunit hihinto na lamang muna ako ngayong taon sa pag-aaral ko. Mag-work na lang muna ako 'Ma para makaipon na rin. Gusto ko talaga 'Ma na maging flight attendant kaya naisip ko na mag-work na lang muna upang makaipon at makabalik muli sa pag-aaral ko.

Mama: Kung 'yan ang gusto mo 'nak susuportahan ka namin ng Kuya mo. Pero tandaan mo sana 'nak na kahit malaki na ang kinikita mo sa papasukan mong trabaho, sana magtapos ka pa rin at huwag kang pasilaw sa mga kikitain mo dahil iba pa rin 'yong makapagtapos ka ng pag-aaral mo.

Hindi nga nabigo si Ibarro, nakapasok siya sa isang fast food chain at doon siya nag trabaho at nag-ipon. Sapat ang naging kita niya rito at nakakatulong pa siya sa pang gastos nila sa araw-araw ng kanilang pamilya. Ipinangako ni Ibarro sa kanyang sarili na isang taon lamang siya hihinto sa kanyang pag-aaral at babalik siyang muli upang tuparin ang pangarap niyang maging isang flight attendant.

Makalipas ang isang taon, bumalik muli sa pag-aaral si Ibarro at nag-enroll siya sa isang Unibersidad na mayro'n ang kursong gusto niya. Sa pagkakataong ito, kinuha na niya ang kursong kanyang pinapangarap. Gamit ang mga naipon niya, unti-unting binuong muli ni Ibarro ang naudlot niyang mga pangarap sa Unibersidad na kanyang pinasukan.

Sa Paaralan:

Ibarro: Ito na, nandito na ako sa pangarap kong kurso. Pagbubutihan ko ang pag-aaral kong ito. Sisikapin kong maibigay ang buhay na maganda sa pamilya ko. (wika niya sa kanyang sarili)

Nagsumikap nga si Ibarro at upang magtuloy-tuloy ang kanyang pag-aaral. Sa hapon matapos ang kanyang klase ay nagtutungo na agad siya sa kanyang trabaho sa bilang service crew sa isang fast food na kung saan pinayagan siya ng amo niya na mag-working student upang kumita na rin siya habang nag-aaral. Suma-sideline din siya kung minsan gaya ng pag-tutor sa anak ng kapitbahay nila at minsan gumagawa ng research ng iba para kahit papaano may pamasahe siya papasok ng kanyang paaralan at dagdag baon na rin.

Hindi nga nabigo si Ibarro at makalipas ang limang taon nakapagtapos na siya ng kolehiyo ng may karangalan. Nakapag-apply na rin siya agad sa Philippine Airlines at agad siyang nakapasok dito. Natupad na niya ang pangarap niyang makasakay sa eroplano at maging isang flight attendant. Nakakapag-travel na rin siya sa iba't ibang lugar. Masaya siya na dati pangarap niya lang ito ngunit ngayon ay abot kamay na niya ang lahat ng ito.

Sa Tahanan:

Mama: 'Nak, masaya ako para sa 'yo. Natupad mo na ang mga pangarap mo. Salamat dahil hindi ka sumuko hanggang sa maabot mo ito.

Ibarro: 'Ma, para sa inyo ang lahat ng tagumpay kong ito. Kayo ang naging inspirasyon ko para maisakatuparan ang lahat ng ito.

Kuya: Masaya kami bunso ni Mama para sa 'yo. Anuman ang narating mo, deserves mo lahat ng iyon dahil naging responsable at nagsikap kang tunay. Huwag ka sanang magbabago.

Mama: Nandito lang kami lagi. Kami ang pamilya mo at susuportahan ka namin nak para sa ikabubuti mo.

Ibarro: Maraming salamat, Mama at Kuya. Kayo 'yog blessings na kailanman hindi ko ipagpapalit, anuman ang marating ko sa aking buhay. Mahal na mahal ko kayong lahat. (Yumakap sa Mama at Kuya niya)

Aral: Walang mahirap na daan. Walang pagsubok na di kayang lagpasan ng isang taong buo ang loob sumugal at makipaglaban upang liparin at abutin ang mataas at matayog niyang pangarap at mithiin.

Tinig Ng Paglaya Sa Kahapon

Tila kaybilis ng panahon,
Isang taon na pala ng lumisan ka noon,
Nababakas ko pa mga alaala na iyong iniwan,
Ngunit lahat ng ito ay dapat ng tuldukan.

Hindi man naging madali ang pag-usad,
Paulit-ulit mang nakulong sa pangako mo na inilahad,
Hindi man naging sapat para sa isa't isa,
Ngunit ipagpapasalamat ko na nakilala kita.

Salamat dahil sa 'yo ay natuto ako,
Na lahat ng bagay ay nasa proseso,
Gaya ng pag-ibig na hindi dapat minamadali,
Upang ikaw ay hindi magsisi at magkamali.

Siguro lahat ng nangyari sa nakaraan,
Ito na 'yong sagot sa lahat ng katanungan,
Dahil sa sandaling bumitaw ka sa kahapon,
Tunay na ipagpapasalamat mo ang buhay ngayon.

Kagaya man ng kuwento na may katapusan,
Masaya akong sabihin na sarili ay natagpuan,
Sa sandali na mas pinili mong lumisan,
Doon ko napagtanto na sarili ay dapat pahalagahan.

Sa ngayon itutuon ang sarili sa mga pangarap,
Dahan-dahan hanggang sa tagumpay ay malasap,
At kung iibig man akong muli,
Sana siya na ang inilaan at sa akin ay pinili.

Kaya kasabay ng paglipas ng panahon,
Pagbuo sa sarili ito muna ang tuon,
At sa paglisan sa akin ng pait,
Mas napalaya ang sarili sa bawat hinanakit.

Isasarado na ang istoryang matagal nang nagtapos,
Babaunin ang mga aral upang di na muling magapos,
Kaya kahit paulit-ulit mang nadapa,
Tiwala sa sarili hindi na mawawala.

Gamit ang lahat ng aral na aking natutunan,
May lakas ng harapin ang kasalukuyan,
Ito na ang simula ng pagsulat ng bagong akda,
Kung saan iikot ang kuwento sa salitang ako muna

Hiwaga

Sa di inaasahan at sinasadyang pagkakataon,
Isang tao ang nakilala ko at nagbigay inspirasyon;
Sa paglalakbay ko na dati ay walang buhay,
Ngayo'y unti-unting nagkaroon ng kulay.

Siya ay isang tao na simple lang sa iba,
Ngunit para sa akin siya ay naiiba;
Mga katangian, kilos, at gawing kahanga-hanga,
'Yan ang tiyak na magpapakilala sa kanya.

Kahit na pabago-bago man ang ugali minsan,
Tiyak naman siya ay iyong maaasahan;
Katulad man ng libro na may iba't ibang kuwento,
Isa lang ang sigurado, buhay niya ay misteryoso.

At kahit madalas masaktan at maiwan,
Siya pa rin ay patuloy na babangon;
Dahil wala sa bokabularyo niya ang salitang pagsuko,
Na isa sa mga bagay na gusto niyang matutunan ko.

Ngunit bakit dumating din sa punto?
Na siya ay iiwanan na rin pala ako;
Gano'ng sinabi niyang hindi siya susuko,
Sapagkat kakayanin niya lahat ng ito.

Ngunit tila nabago ang kanyang desisyon,
Kung saan alam kong may malalim na rason;
Gaya ng pagod, puyat, iba't ibang pagtitiis,
Na kanyang kinaya na mula sa sariling pawis.

Kaya kung dumating man ang kanyang paglisan,
Sa landas na akin ngayo'y kinagisnan;
Nais ko pa rin na siya ay pasalamatan,
Sapagkat hinubog niya ako ng lubusan.

At kung saan man ako patutungo,
Isa lang ang sigurado, sa iyo ay natuto;
Mga aral mo ay aking babaunin,
At sa tuwina ito'y aking gagamitin.

Sa pag-abot ng aking mga pangarap,
Kung saan alam kong maaaring mahirap;
Ngunit pupunuin ko ito ng pagsisikap,
Upang ito'y hindi manatili na isang ulap.

Kung saan sa pagtupad ng aking mga layunin,
Ikaw ang naging kasama ko sa bawat gawain;
Maging sa paghubog sa aking sarili,
Upang ako'y higit na mapagbuti.

Kaya kahit di na tayo nagkikita,
Nanatili pa rin sa puso't isip ko ang iyong alaala;

Kaya umasa kang di kita malilimutan,
Hanggang sa maabot ko ang magandang kinabukasan.
Ikaw ang guro na mahirap kalimutan,
Sapagkat ikaw ay tunay na maaasahan;
Gaya ng mga pambihira mong katangian,
Na minahal naming mga kabataan.

Kaya salamat dahil ikaw ay nakilala,
At sa sarili nagkaroon na ng tiwala;
Dahil na rin sa pagbibigay mo ng leksiyon,
Lahat ng ito'y mananatili sa aking inspirasyon.

Gunita Ni Paruparo

Sa bawat sandali at sa bawat minuto,
Ang aking isipan ikaw lagi ang tinutungo,
Kahit ilang buwan na ang nakalipas,
Pagmamahal sayo ay di kumukupas.

Naalala ko mga panahon na tayo pa,
Nasa bawat ngiti mo alam kong ako pa,
Mga gabing sabay nating tinatanaw ang buwan,
Mga oras na akala ko wala ng katapusan.

Naalala mo pa ba mga binuo nating pangarap?
Sabi mo gagawin natin lahat kahit mahirap,
Hindi mo hahayaan na lahat ay maging ulap,
Sapagkat tayong dalawa ay parehong magsisikap.

Ngunit bakit nagbago ang ating sitwasyon?
Tila nawala yung ating komunikasyon,
Nasaan na yung dating ikaw at ako?
Sumabay ka ba sa pagbabago kaya naiwan ako?

Nalulungkot ako sa lahat ng nangyari,
Maraming tanong sa aking sarili,
Gaya ng bakit ka bumitaw? Bakit ka lumisan?
Sa bawat tanong di ko mahanap ang kasagutan.

Isang araw bumalik ako sa tagpuan,
Inalala ko lahat ng ating pinagsamahan,
Hiniling ko na ikaw ay muling masilayan,
Ngunit bigo ang puso ko at tila luhaan.

Lumipas pa ang maraming araw,
Sabi nila umusad na at sa mga alaala bumitaw,
Kaya kahit pilit kong itago itong sakit,
Tanong pa rin sa sarili bakit ako pinagpalit.

At kahit marupok akong matatawag,
Tatanggapin at di magpapaliwanag,
Dahil kahit masakit ang sayo ay mabihag,
Sa pag - asa na babalik ka pa di ako matitinag.

Pulilan: Tanglaw Sa Kinabukasan

Pulilan, payak na pangalan na madalas maalala,
Dakilang magsasaka dito mo rin makikilala,
Tama, bayan ng Pulilan dito ako nagmula,
Bayan na maraming kwento at aral na siyang pamana.

Sinubok man ng maraming panahon,
Bayang sinilangan laging umaahon,
Sa bawat kalamidad na kaharapin,
Mamamayan nito lalaban pa rin.

Pagkakaisa at pagkalinga sa kapwa,
Bayan ng Pulilan dito mo makikilala,
Isama mo pa dakilang mga magsasaka,
Na si San Isidro Labrador patron sa pagpapala.

Magandang tanawin at luntiang paligid,
Sa bayan ng Pulilan tunay mong mababatid,
Mga mamamayan ay tunay na disiplinado,
Dahilan upang patuloy ito sa pag - asenso.

Kaya ikaw ano pa ang hinihintay mo,
Pagmamahal sa bayang sinilangan isabuhay mo,
Pagpapaunlad sa kultura at ating ekonomiya,
Patuloy na isulong upang matamasa.

Ating tandaan katawan tayo ng ating bayan,
Lahat ng puri at pintas sa atin nakasalalay,
Kaya makialam ka at isulong ang pagbabago,
Sa bayan ng Pulilan, progreso ay isa puso mo.

Mary Jaye

Mary Jaye Gregorio Necor is 16 years old. She is a Grade 10 student and becoming a senior high student in 2022. A shy-type writer who has a passion for writing spoken poetry, poem, story and many more. She is a journalism student since elementary and an honor student since then. But because of the opportunity and overwhelming words of her co-writers, she became confident and go out of her comfort zone because she believes that she has a talent and a passion, and writing is one of her dreams. And she believes that she can be a good role model to her readers.

Bituin

Akong mag-isa ang lalakad
At magsisilbing ningning
Na may halong liwanag
Sa daang tinahak kong kaydilim

Pareho sa bituin
Na naging gabay ko sa gabi
Kumikislap at kinakausap ako
Tuwing itinataas ang ulo't paningin

Naging maliwanag na ilaw
Sa dalawa kong paa
Upang lumakad muli
At gumawa ng panibagong nobela

Nagpapahiwatig na kaya mo 'yan
Matatapos mo 'yan
Dahil ika'y masipag
Sa iyong paraan

Na nagsilbing tinig
Sa dalawa kong tainga
Upang ipaglatuloy ang umpisa
Nang naudlot kong istorya

Sana

Iniisip kung aabot pa ba ako sa puntong gusto ko
Kung p'wede pa ba ito
Nag-iisip ng dahilan
Kung ano ang gagawin

Kung ano ang iintindihin
At uunahin
Ng isipang naguguluhan
Sa gustong mithiin

Matatapos ko ba ito?
Kakayanin ba ng isip ko?
Mga tanong na paulit-ulit
Na lumalabas sa aking isipan

Kaso hindi pa ito ang oras
Para malaman ko
Kung saan hahantong
Ang nobelang ginawa ko

Sa ngayon
Mag-iisip muna ako ng postibo
Na ginawa ko ang makakaya ko
Sa istoryang isinulat ko

Nagustuhan man nila o hindi
Pero ito'y ipagmamalaki ko
At magiging masaya
Dahil sa wakas natapos ko na ito

Karakter Ng Istorya

Ako ang sumulat ng pamagat nito
Nag-isip ng maigi para dito
Tungkol ba saan ang kuwento
Mula ba sa ikaw at ako?

Uumpisahan ko sa una
Kung saan tayo'y nagkakilala
Sa daanang kaylawak
Na ikaw lang ang nahagip ng dalawa kong
mga mata

Kinabahan ng ika'y malapit na sa likuran
Hindi inaasahang tayo'y magkakabungguan
Magkatitigan ng malapitan
Na naging sanhi ng pagkaba ng aking karamdaman

At do'n nagsimula ang ating istorya
Sa ikaw at ako
Ang unang karakter na mababasa
Sa isinulat kong nobela

Kaso sa kalagitnaan ng istorya
May dumating na siya
Siyang naging sanhi ng problema
Na nauwi sa kayo nalang dalawa

Kayo nalang ang magsama
Kayo nalang ang maging karakter nang aking nobela
Na ako lamang ang sumulat nito mag-isa
At hindi hahantong sa tayong dalawa

Ako na isang manunulat
Ikaw na ginawa kong karakter sa aking isinulat
Na ako rin ang nag-isip sa lahat
At siya ang naging kasama mo sa huling pahina ng aking aklat

Inumpisahan natin sa ako at ang libro
Pinagitnaan ng ikaw at ako
Itinapos sa inyo
Na kayo hanggang dulo

Papel At Panulat

Gigising ng umagang kayganda
Iniisip kong kaya at puwede pa ba?
Kung may lakas pa bang magsulat ng akda
At nobelang ipapakita sa madla

Hawak-hawak sa kana't kaliwa
Ang papel at panulat na may tinta
Inihahanda ang imahinasyong maraming nakikita
At sariling handa sa anumang akda

Nag-iisip kong ano ang uumpisa
Kung ano ang gitnang letra
At huling salita
Sa nobelang ipapakita

Kung angkop ba ito sa isipan ng karamihan
Kung ito ba'y magugustuhan?
Ng mga bata't matatanda
Na puwedeng magbasa ng aking akda

Hindi man alam ng karamihan
Kung ano ang aming pinagdadaanan
At kung paano uumpisahan
At tatapusin ang nobelang aming sinimulan

Sa ngayo'y wala pa akong maihahayag
Na aking obrang sarili
Pero sinisikap kong makapagtapos
Nang librong aking ipagmamalaki

Na may titulong aking pinag-isipan
Pangalan ko sa unahan
Karakter na ginawa ng isipan
At obra kong pinaghirapan

Larawang Nakaukit

Sa tuwing lilingon ako sa aking pinangalingan
Mukha mo agad ang aking nakikita sa harapan
Halo-halong saya at sakit ang nadarama
Sa tuwing binabalikan ko ang nakaraan nating dalawa

Nag-umpisa tayo sa mala yelong titigan
Naging away at bati ang pagkakaibigan
Hanggang sa umabot na ang nagdaan
Umamin ka sa akin ng iyong nararamdaman

Nabigla ako sa umpisa
Hindi makahinga
Puso'y kumakaba
Kung tama ba ang narinig ng aking tainga

Hindi mapakali ang isipan
Kung tama ba ang aking nararamdaman
O sadyang ako lang ay kinakabahan
Sa aking mga nasaksihan

Pero nang ako'y mamulat sa katotohanan
Nalaman ko ring pareho tayo ng nararamdaman
Pinili kong sabihin sa 'yo ang totoo
Kahit ako'y nahihiya sa 'yo ng todo

Naging masaya tayo sa umpisa
Walang problemang ininda
Masaya sa piling ng isa't isa
Na palaging magkasama

Kaso sa hindi malamang kadahilanan
Sa kalagitnaan ng ating pagsasama
Tayo'y nagkaproblema
Sa relasyong binuo nating dalawa

Inumpisahan natin itong magkasama
Kaso ako nalang mag-isa
Ang tatapos ng istorya
Na ating sinimulan sinta

Hindi ko akalaing hahantong sa ganito
Ang pagsasama nating inukit sa litrato
Nangako sa bawat isa na hanggang dulo
Magiging ikaw at ako

WennieThePooh

An author and a poet.

She

She wants only to be loved
To love back the way she loves
To give back the energy she gives
But the only thing you gave her
    IS PAIN

She gave you her heart
But you broke it into pieces
Her broken heart bleeds tears
And it seems like you didn't care
But still, she loves you with all the pieces

She is so pure as white
And she is so genuine
She loves and cares for you more than herself
And yet you didn't love her enough
You don't deserve someone like her

You don't deserve her love
But her dumb heart keeps on wanting you
She keeps on chasing after you
And now she is tired,
She is tired of loving you

Now, she has already someone that appreciates her

Someone that appreciates the way she is
Someone who melts her heart
Someone who will love her wholeheartedly
And that someone is NOT YOU ANYMORE.

Sana'y Di Nalang (Bandang Lapis)

Musika't Tula

Hindi pa yata sapat lahat nang ginawa ko

Hindi ka pa pala kuntento, sa lahat ng ginawa at pinaramdam ko sa 'yo

Hindi pa pala sapat sa 'yo, kahit nauubos na ako

Nauubos na ako, pero parang wala lang sa 'yo

Kung panaginip man ito, ayoko na sanang magising

Hindi ko na rin gugustuhing magsinungaling

Na ako'y hindi nasasaktan kahit na katiting

Kaya sana hindi nalang kita nakilala, kung sasaktan mo lang din naman ako ng sobra

Sana hindi nalang kita nakasama, kung ganito lang rin naman ang aking mapapala

Nagkulang lang ako, pero lahat ng pagkukulang ko, hinanap mo sa iba

Sana hindi nalang kita minahal, kung ang mahal mo ay iba

Mhardz Guivarra

Si Mhardz Guivarra ay nangangarap na makilala bilang isa sa mga tanyag na manunulat ng Pilipinas, maging sa internasyonal ay pinapangarap niya iyon, at ang maging bilyonaryo dahil sa pagsusulat.

Mhardz Guivarra is a published author, freelance writer, poet, illustrator, contributor from different print and digital publication in both international and local, an aspiring scriptwriter, aspiring songwriter, a new literary editor, and a certified and registered with National Book Development Board-Philippines (2021-2023).

Unang lumabas ang kanyang librong *Love After Lust* sa ilalim ng TDP Publishing House taong 2020 na sinundan ng iba pang libro. Siya ay nakapag-publish ng libro sa ilalim ng Ukiyoto Publishing: *Women's Place,* Double R" Publications: *Chasing Love,* at KM and H Black Paper Forest Publishing House: *Desire.*

Siya ay nagsusulat sa online writing platforms katulad ng Wattpad at GoodNovel.

Si Mhardz Guivarra ay mataas ang pangarap sa buhay kaya kahit minsan ay tinatamad, nagsusumikap.

Yakap Ng Lupa

Humigpit ang yakap ng lupa sa katawang namimilipit. Hindi nangingialam ang hangin at apoy. Sinuman sa dalawa'y mapaparusahan ng kamatayan. Kapangyarihan ang batayan ng lahat. Miyembro sa pangkat ay marami ngunit makikitid ang mga utak.

Hawakan mo ang sariling mga kamay: mahigpit at makatotohanan. Lipad mo'y gawing mataas tulad ng iyong pangarap. Lupa ang aapakan sa 'yong malayang paglalakbay. Huwag suotin ang sapatos ng sinuman sa mga taong mukhang pera.

Liwanag at walang bahid ng kasinungalingan na katotohanan ay magbibigay sa 'yo ng daan. Sino ka man! Sino ka man!

Pakinggaan mo. Pakinggan mo ang ayaw mong marinig. Magtanong ka kung saan galing ang hapding nararamdaman. Ano ang ninais mo? Kapalit ba nito'y kapayapaan ng puso?

Maraming oras ang nasayang tulad ng mga makapangyarihang inuungkat ang lupang nililibingan ng mga pataty. Subalit ang karunungan ay biglang naglaho. Katulad din ng iyong pangarap, itatas mo pa'y hindi ka na makakalipad. Babagsak ka ng hindi mo namamalayan. Pa'no't hangad mo?

Yakap ng lupa, yakap ng apoy, at yakap ng hangin. Huwad na katotohanan ay wala sa likuran. Iwasang maaakit sapagkat layunin mo'y hadlangan sila.

May Liwanag Sa Kinabukasan

Liwanag ang dahilan kung bakit patuloy sa paghingi ng saklolo
At kadiliman ang nagpuna ng takot, kasawian, at mga panloloko.

Bukambibig ninyo ang kanilang kahinaan,
Hindi mapapatawaran ang kapintasan.

Kabataan ang nawawala sa landas,
walang pagdadalawang-isip at hinampas.

Mundo nila'y binago ng teknolohiya,
Katuwiran ng marami'y wala nang pag-asa.

Dahil sa maling desisyon at displina,
nahahati ang wari ng katotohanan at tuwina.

Naaakit sa maling liwanag,
Naguguluhan at hindi na makapalag.

Mahaba pa ang dapat tatahakin,
kung magpapaalipin sa krisis wala nang dapat landasin.

Bagaman gaano man kagulo ang isipan,
kung unti-unting takpan ang malaking gusot, hindi na mahihirapan.

Lugar

Dito palaging nakatayo ang ating mga paa.
Ito ang lugar kung saan matatanaw ang pinakamagandang liwanag ng buwan.
Sa lugar na ito, dito na buo ang ating pagkakaibigan.
Ang lugar kung saan nangyayari ang mga magagandang alaala.
Saan nga ba matatagpuan ang lugar na ito?

Kasiyahan ang dinulot ng ating pagtatagpo rito.
Mga kalokohan,
Kasiyahan,
At mga kalungkutan.

Ngunit paano ba na lumayo ka nalang ng hindi nagpapaalam?
Kaibigan, hindi na ba ako ang 'yong kaibigan?
Kaibigan, may puwang pa ba ako sa riyan puso mo?
Saan na ba ako lulugar sa pagkakaibigan nating dalawa?
Kaibigan, nasaan ka na?
Masaya ka ba sa bago mong kaibigan?
Masaya ba sa panibagong liwanag ng buwan?

Kaibigan, pinapasaya ka ba ng 'yong bagong kaibigan?
Malungkot ka ba riyan, kaibigan?
Kaibigan, hindi mo na ba ako kailangan?
Kaibigan, nandito lang ako para sa 'yo at kung kailangan mo pa ako.
Nandito lang ako kung kailangan mo ulit ng kausap.

Nandito lang ako kung sakaling kailangan nating ibalik ang dating pagkakaibigan.

Kaibigan, nasaan ka na ba?

Ayos pa ba talaga tayo?

Kaibigan, malayo ka ba talaga?

Maayos pa tayo noon, di ba?

Kaibigan, bumalik ka a?

Kaibigan, sa tuwing iniisip kita'y alaging tumutulo ang mga luha ko.

Miss na miss na kita.

Gusto ko nang bumalik ka.

Gusto ko na ang yakapin ka.

Gusto ko na mahagkan ka.

Bumalik na tayo sa dating lugar natin.

Lugar kung saan ayos pa tayo.

Lugar kung saan masaya tayo.

Lugar kung saan nagkukuwentuhan tayo.

Lugar kung saan nagsimula ang pagkakaibigan nating dalawa.

Kaibigan, balik tayo sa lugar na iyon—

Lugar ng ating pagkakaibigan.

Ligaw

Katabi ang aso sa kalye.
Nakahithit ng amoy ng kanal.
Nakaaamoy ng mabahong basura.
Nakatulala habang nakamasid sa paligid.
Hindi siya baliw.
Sadyang siya'y ulila sa mga magulang.
Sinasadyang inabanduna.
Para na siyang sirang plaka ng sasakyan.
Para na siyang ligaw na aso.
Buti pa siguro ang batang kumakain ng mik-mik.
Buti pa siguro ang aso marunong tumuhol para makahingi ng tulong.
Siya, pipi na, pilay pa!
Walang nalalamang letra.
Tila ang dila niya'y paralisa.
Huwad ang mga tao sa paligid niya't hindi siya tinulungan.
Hindi siya pinapansin.
Siya si Ligaw, walang ligo,
At iisang linggo nang walang kain.
Siya si Ligaw, naliligaw sa malawak na kadiliman.

Kadena

Matagal nang nakabaon ang mga paa sa lupa.
Tila walang natatanaw na pag-asa.
Hindi makaaahon sa lupit ng kahirapan.
Nakatulala sa kalangitan at walang nababasa.
Walang determinasyon, inspirasyon, at paggalaw.
Nahihirapan sa paghinga't hindi makalunok ng laway.
Habang pumapatak ang mga luha'y nanginginig.
Saan pupulutin ang maiilap na pera?
Saan gagapang para may panghapunan?
Isip ay umiikot.
Nagtatanong sa sarili na
Bakit ako nakadena sa kahirapang ito?

Himagsik Ng Bulaklak

Nasa teresa ako: nakatulala at may sama ng loob.

Bumabalik a aking isipan ang hinagpis at karanasan noong taong 1948.

Hindi ko mapawi sa aking damdamin.

Dala ko hanggang ngayon ang takot at liriko ng naghihinagpis na sigawan.

Kailanman ay ayaw ko na ang bumalik sa taong iyon o ang isipin ito.

Hinagpis ng bayan.

Kaguluhan ng mamayan.

Himig ng mga pistol.

At alinsangan ng mga dugong bughaw at pula.

www.ingramcontent.com/pod-product-compliance
Lightning Source LLC
LaVergne TN
LVHW091633070526
838199LV00044B/1054